DL$_2$A

Buluu publishing

UGOGO NA ARDHI YAKE

MATHIAS E. MNYAMPALA

DL$_2$A- Buluu Publishing

SIREN 801 114 968

UFARANSA

Barua-pepe: *buluu.publishing@gmail.com*

©2014 MATHIAS E. MNYAMPALA (Mswada)

©2014 DL$_2$A (Uhariri)

ISBN 979-10-92789-20-1

Kitabu kilihaririwa na Dkt Mathieu ROY (Mkurugenzi, Mhariri wa Kisayansi) na Dkt Aurélia FERRARI (Mhariri wa Kisayansi) mwaka 2014 jijini Paris, Ufaransa.

YALIYOMO

THE GOGO AND ITS LAND

UGOGO NA ARDHI YAKE

BY MATHIAS E. MNYAMPALA WA

MACHICHIMI

DODOMA

TANGANYIKA TERRITORY

18TH AUGUST, 1961[1]

DIBAJI YA BWANA P.C. WA JIMBO LA KATI BWANA P.H. JOHNSTON

Bwana P.H. Johnston, Provincial Commissioner wa Jimbo la Kati aliyehamishiwa Jimbo la Magharibi alisoma makala ya kitabu hiki, naye aliunga mkono. Baada ya kusoma aliandika Dibaji ya Kitabu hiki kwa hisani yake kuu. Nampa shukrani nyingi na ninamuombea apate ufanisi mkuu katika kazi zake na shughuli zake maishani mwake. Dibaji hiyo naiweka hapa chini.

DIBAJI YA KITABU-

UGOGO NA ARDHI YAKE

Bwana Mathias E. Mnyampala ambaye ni mtungaji wa kitabu hiki ni mwenye sifa sana kwa ujuzi wake juu ya mila na historia ya Ugogo; hata hivi karibuni alikuwa msaidizi mkubwa wa Bwana Cory katika kazi yake ya kupanga utaratibu wa kuunganisha desturi za makabila ya Tanganyika. Kwa hivyo kila aliandikalo Bwana Mathias Mnyampala juu ya kabila la Wagogo na historia yao linafaa kusomwa na wavulana na wasichana Wagogo ili waelimishwe juu ya kabila lao wao wenyewe.

P.H. Johnston.
Provincial Commissioner,
Western Province,
At Mpanda
17/8/1961

UGOGO NA ARDHI YAKE.

TAN-BIHI NA STIGHIFARI KWA UGOGO.

UGOGO IBARIKIWE.

1. Hazishuki zinapanda, za ghadhabu na mayowe,

Hazinyoki zinapinda, na zinatia kiwewe,

Zinanikunjisha panda, kwani tudharauliwe?

Ugogo ibarikiwe, Mola ondoa ukungu.

2. Hufikiri ninakonda, kwa sababu tuchelewe?

Zinaniumiza nyonda, naomba tuzinduliwe,

Ugogo tungeitenda, na mwisho iheshimiwe,

Ugogo ibarikiwe, Mola ondoa ukungu.

3. Tangu kiini na ganda, Ugogo ibarikiwe,

Tupe njia ya kushinda, tusome nasi twelewe,

Izae mema matunda, mazao yathaminiwe,

Ugogo ibarikiwe, Mola ondoa ukungu.

4. Nchi yangu ninaipenda, kwa uzuri na menginewe,

Kamavyo pete na chanda, ardhi na matumbawe,

Ingefaa kuiunda, pachafu isuguliwe:

Ugogo ibarikiwe, Mola ondoa ukungu.

5. Tubomowe hili banda, tujenge jumba la mawe,

Na ujinga kuuponda, werevu ufadhiliwe,

Tusomeshe waziwanda, elimu wafanikiwe,

Ugogo ibarikiwe, Mola ondoa ukungu.

6. Siendekeze makinda, hao mbuzi na wanawe,

Pia kuwachunga punda, Shule wana wazuiwe,

Hivyo ni kutenda inda, acha somo wakidhiwe,

Ugogo ibarikiwe, Mola ondoa ukungu.

7. Na ardhi kuilinda, udongo usichukuliwe.

Na mbegu bora kupanda, na mimea zilimiwe,

Mavuno tutayalunda, mengi kama changarawe,

Ugogo ibarikiwe, Mola ondoa ukungu.

8. Tafurahi kwa vinanda, na nyimbo zishangiliwe,

Tufunguwe kijamanda, kufuli lifunguliwe,

Kaditama tutaranda, kwa wengine tusifiwe,

Ugogo ibarikiwe, Mola ondoa ukungu.

Shairi hili ni kama ufunguo wa kusoma kitabu hiki na ombezi kwa kila asomaye, ndiyo maana ya "Tanbihi na Stighifari" ni Sala ya kuombea kheri kile ukiendeacho katika kusudi jema. .</1>[2]

SHUKRANI KWA WASAIDIZI.

Deni ninalo kubwa mno kwa mabwana walionisaidia kwa kunipatia mahitaji yangu ya kuendeleza kazi hii kama nilivyokusudia. Kila Idara ya serikali ile yenye kuhusikana na shughuli zilizoingizwa humu kitabuni nilipewa kwa hisani yao; na baadhi yao walisoma kitabu hiki kabla ya kupigwa mashine, nao walisifia kwa ajili ya mashuleni kama ilivyokusudiwa.

Namshukuru sana Bwana Salum Khamisi, Assistant Agricultural Officer, wa Dodoma kwa kunipa maongozi mema kuhusu mambo yanayohusu kilimo. Aina ya udongo katika nchi ya Ugogo na mimea zake zinazoufaa udongo ule ; mazao ; hesabu ya mnyesho wa mvua, na kwa vile mwenyewe nilikuwa karani wa Idara hiyo sikupata taabu sana, kwani mengi nilijipatia mwenyewe katika majalada na majarida yanayopatikana katika Idara ya kilimo.

Pia namshukuru Bwana Patel, wa Idara ya Utunzaji wa Wanyama Dodoma aliyenipatia hesabu zote za wanyama katika Jimbo la Kati wakiwa na msaidizi wake S. E. Chirwa wote ni makarani. Vile vile Bwana Akbar Hirji, Mkaguzi wa Minada na masoko yote ya Ugogo, kwa kumwamuru msaidizi wake Robinson S. Biringi aliyenipatia hesabu ya wanyama wote waliouzwa minadani na baadhi ya mazao mengine. Pia Bwana Omari Muhaji, Mkaguzi wa Mashule katika wilaya ya Dodoma kwa kupeana mawaidha na kusifia kuwa kitabu hiki kitafaa sana shuleni kwa mpango wake mwema.

Vile vile kwa mashauri mema niliyopewa na Bwana I. B. Aers, Bwana Shauri Mkuu (D.C.) wa Dodoma baada ya kukisoma alikubali sana kuwa kinafaa; kadhalika Bwana M. Kamuntu, Bwana Shauri Mdogo wa Dodoma aliyekabidhiwa kitabu hiki na Bwana Aers ili naye atoe maoni yake. Hakika Bwana huyu alipendezwa nacho sana. Wakati alipokuwa ananirudishia kitabu hiki aliniuliza kwamba "Kwa nini huwezi kukiongeza na kuwa kikubwa zaidi ? Ni kitabu kizuri sana, hasa kwa vijana wanaosoma vyuoni". Pia na wengineo wengi ambao hawakuwahi kukiona, lakini walivyosikia habari zake na madhumuni yake walinitia moyo. Mmojawapo ni bwana Job P. Lusinde, Afisa Mkuu wa Utawala wa Wenyeji Dodoma. Nawaombea kheri, fanaka kuu katika maisha yao.

UTANGULIZI

Kitabu hiki kidogo kimetungwa hasa kwa ajili ya wanafunzi wa vyuoni walio katika nchi ya Ugogo hasa. Vile vile walio nje ya Ugogo wapendao kujua khabari za Ugogo. Pia wakubwa wanaokaa katika nchi za Ugogo na majirani zao wale wanaoiambaa Ugogo.

Kama tujuavyo kwamba kila binadamu anapojaliwa kupata kitu cho chote ambacho ni mali kusudi lake hasa huwa ni cha kutumia kwa manufaa yake yeye mwenyewe na jamii yake nyumbani. Lakini mtu huyo aliyepewa kitu hicho cha thamani yampasa ajue namna hasa ya kukihozi, na kukitumia pia. Iwapo hajui vema jinsi ya matumizi yake mema itampasa ajifunze taalimu yake ilivyo. Mtu huyo ajuapo jinsi ya kuitumia kitamletea faida yeye mwenyewe na kuitajirisha nchi yake kwa mapato yake. Mbadhirifu wa mali huharibu mali yale, naye huleta hasara ya kupoteza utajiri wa nchi nzima.

Iwapo sisi Wagogo tunayo ardhi yetu ni lazima tujue jinsi ya kuitumia vema kama vile inavyotakikana. Tunao wanyama ama mifugo na mavuno ni lazima tuvitumie kwa njia njema na kuleta faida nchini. Kuongezeka na kustawi kwa kabila lo lote ni furaha ya kabila lile, nayo huwa ni maendeleo bora; iwapo itakuwa ni kinyume chake ni zahama la maangamizi ya kabila hilo!

Kusudi hasa ya kutunga kitabu hiki ni kuwazindua baadhi ya ndugu zangu Wagogo wengine wasiojua vema haya: faida ya kabila, nchi, ardhi, hali ya mvua nchini, ukulima bora, mazao bora, hasara ziletwazo na njaa Ugogoni, mifugo, uwekevu na utajiri kuhusu elimu na faida yake katika maendeleo ya ustawi wa kisasa. Tujuapo hayo pia itatupasa kuchungua kazi zile zilizotendwa na Serikali Kuu na ya Utawala wa Wenyeji kwa ajili ya nchi ya Ugogo. Kama tutatambua hayo kwa usahihi barabara yatatuvuta tuende hatua ya mbele ili kukimbilia hali ya ustawi wa juu zaidi.

Mathias E. Mnyampala wa Machichimi,
Dodoma,
Tanganyika Territory,
5th December, 1959.[2]

SURA YA 1.

UKUBWA WA ENEO LA NCHI YA UGOGO

Ni furaha ilioje kwangu mara kwa mara ninaposhughulika na habari za nchi yangu ya Ugogo kuiandikia habari nyingi za mambo mororo ambayo yanahitaji kuwekwa katika kumbukumbu kwa ajili ya Ugogo, kwa ajili ya hao wanaokuja. Vile vile kwa ajili ya wanaosoma vyuoni ili wapate msingi wa kuja kuendeleza ukamilifu wa historia ya nchi ya Ugogo.

Nchi ya Ugogo ni kubwa ukiitazama katika Ramani. Sehemu za mipaka kuzunguka Ugogo zimeandikwa katika kitabu cha Historia, Mila na Desturi za Wagogo, sura ya sita. Nayo nchi ya Ugogo inazo wilaya nne – Dodoma, Manyoni, Mpwapwa na Kongwa. Hivyo Ugogo ina maili 21,900. Tukiangalia ukubwa wake ndipo tunapokuta kuwa:

Wilaya ya Manyoni ina maili 10,900 za eneo, ya pili yake kwa ukubwa ni ile wilaya ya Dodoma ina maili 6,450 za eneo, zinazofuata mwisho kwa ukubwa ni Mpwapwa na Kongwa maili 4,550 za eneo. Hivyo maili za eneo katika nchi ya Ugogo nzima ni maili 21,900. Ingawa si sawa na Jimbo la Magharibi na Usukuma lakini ni kubwa.

Nchi ya Manyoni ina maili nyingi zaidi kwa sababu wilaya hiyo imefunikwa na mapori mengi makubwa makubwa ambayo yamezidi lile eneo la nchi nyeupe inayokaliwa na watu. Kama ijulikanavyo ni kwamba sehemu kubwa katika nchi za Ugogo hasa Manyoni ina Ndorobo wengi, ina asali nyingi na wanyama wa porini wengi kuliko sehemu ya Dodoma, Mpwapwa na Kongwa. Sababu hiyo ndiyo maana maili za ukubwa wa eneo la wilaya ya Manyoni ni zaidi.

Wilaya ya pili kwa mapori ni Mpwapwa upande wa kusini mashariki ambako pia kuna sehemu kubwa la mapori. Tatu ni wilaya ya Dodoma katika sehemu ya kusini magharibi – nusu ya Utawala wa Mwitikira Nondwa.

Ama hakika sehemu ya Manyoni kwa ajili ya kuzidi mapori hayo na wingi wa Ndorobo kumeleta kufa kwa nchi nyinginezo. Kama Mabaraza mawili ya wilaya hiyo yalikwisha fungwa na kuunganishwa na mabaraza mengineyo – kama vile Baraza la Mdaburo lililounganishwa katika Baraza la Mgunduko (Makasuku) na Baraza la Nkonko limeungwa katika Baraza la Isseke. Mabaraza hayo yaliyokwisha kufa ni sababu ya kuhama watu wengi kwenda nchi nyingine na kuacha nchi upweke au kuwa na watu wachache tu. Yote ni sababu ya Ndorobo, na mabaa mengine yaletwayo na masaibu ya mapori makuu.

Ingawa sehemu nyingine za nyilaya za Ugogo ni mapori, hivyo ni furaha vile vile, kwani ni akiba kwetu sisi Wagogo zama za Wagogo watakapozidi zaidi itawapasa kufungua mapori hayo kwa kufyeka mashamba na kuweka makao yao mapya katika maeneo hayo ya mapori. Sehemu hizo ndizo zenye manufaa sana kwani zina rutuba sana. Vile vile Ugogo haina shida ya miti za kujengea nyumba zao na mambo mengineyo mengi yahitajiyo miti. Mapori hayo hata sasa ndiyo yanayotoa mbao nyingi sana za Mininga ambazo ni sehemu ya mbao zinazopelekwa kila mahali katika nchi ya Tanganyika. Kwa hiyo hakika Ugogo ni tajiri kwa kila hali.

SURA YA 2.

HESABU YA KABILA LA WAGOGO.

Jambo la kukumbukwa sana ni ongezeko la Wagogo nchini na utajiri wao wa wanyama wanavyoongezeka pia. Hesabu ya Wagogo inaongezeka zaidi na zaidi. Kila miaka kumi hivi Wagogo wanazaliana kiasi cha 21,000 kwa wastani. Hivi sasa Wagogo waliopo nchini ni 300,000. Ndiyo kusema kwamba miaka hamsini hivi ijayo watakuwa wamefikia hesabu ya 1,350,000.

Kuna sikitiko moja ambalo ni kubwa mno kwa sisi Wagogo. Baadhi ya Wagogo wengi waliopo hupoteza hesabu yao kwa kuongeza hesabu ya makabila mengine wakati wanapokuwa wanaandikishwa kupata hesabu yao na makarani wa hesabu za wanadamu. Kila wanapoulizwa kabila wengine hutaja lile kabila la asili yao mahali walikotoka zamani sana za mababu wao, wakifuata historia ya asili yao. Hivyo kwa vile wengi wao wana asili ya Uhehe hutaja kabila hilo na kuacha kabila lao la sasa la Ugogo. Wengi wao utawakuta wakimwambia karani wa hesabu ya watu kwamba "mimi Mhehe, Mnyamwezi, Msagara, Mnguu ama *[34]angu" na makabila mengineyo ya asili yao. Hivyo hesabu ya Wagogo wengi *[5]otea kiasi cha Wagogo 1,000 kwa wastani kila miaka kumi ya kuhesabiwa. *[6]abu kamili ya Wagogo ingelikuwa 22,000 kwa kila miaka kumi kwa wastani.[/3]

Hesabu hii hupotea mara kwa mara kwa ujinga wa aina tatu:

a) Wale wasiojua kusoma, hao hufikiri kwamba serikali labda inauliza watu makabila ya asili ya kila mtu alikotoka. Hivyo hutaja tu "Mimi Msangu". Wagogo wa namna hii huwa hawajui lile walitendalo wanastahili msamaha.

b) Baadhi ya Wagogo walioelimika kidogo huwa hawataki kujitaja kabila lao wazi wazi, hivyo hujiandikisha hesabu yao katika kabila jingine lo lote lile walipendalo. Hao kila wanapoulizwa maswali fulani na yule karani kwamba "Mbona mimi husikia kuwa wewe ni Mgogo?" (ingawa nazo na ndewe na nembo), yeye hujibu "La, mimi ni mzaliwa wa Ugogo tu, lakini hasa si Mgogo". Basi huyo karani huandika lile kabila alilolitaja yeye mwenyewe.

c) Na Wagogo wengine wale wanaojitia jina la Popo – mara ndege na mara mnyama ili-mradi ni hivi tu. Wagogo hao panapokuwa na sherehe ya sifa na kheri kutokana na Wagogo hujitia nao kuwa Mgogo; inapotokea karaha kwa Mgogo huyo huruka na kuepuka kabila na kuhama katika kabila la Ugogo na kujitaja kabila jinginelo linalosifika wakati huo ama lile la asili yake ya zamani sana.

Niliona mimi mwenyewe na kuhakikisha kuwa baadhi ya Wagogo wenzangu wengine mnamo mwaka 1940/41, nilipokuwa karani wa Baraza Kinyambwa, wakati tulipopata Bwana Shauri (D.C.) mgeni aliyekuja Dodoma akitoka Tanga, naye aliitwa jina T. M. Revington. Bwana Shauri huyu aliagiza makarani wengine wa kodi kutoka Tanga alikokuwa akifanya kazi hapo kwanza. Makarani hayo walikuja Ugogoni ili washike nafasi za makarani wa kodi nchini. Wakati huo Boma la Manyoni na Mpwapwa yalikuwa chini ya Bwana D.C. wa Dodoma kwa upungufu wa maafisa wakati wa Vita Kuu ya Pili. Hivyo Bwana Shauri huyo aliazimia kwamba kila karani ye yote wa kodi aliyekuwa Mgogo ilikuwa ni lazima afukuzwe kazi bila sababu kutoka katika kazi yake ya ukarani wa kutoza kodi. Bwana Shauri huyo alisema eti Wagogo hawafai! Hakika Bwana Shauri huyo alitimiza ahadi yake, naye aliwatoa makarani wote walioandikwa orodhani kuwa ni Wagogo watozao kodi. Na makarani waliotolewa kwa kisa hicho ni akina Moses Mwiliko, Gamaliel Mwaka, Aniseth Samatwa na Lazaro Mahinyila. Hawa walikuwa makarani wa serikali. Na upande wa Hazina ya Wenyeji, makarani wa kodi waliotolewa walikuwa ni Zakaria Chomola, Mvumi na Joel Mnyangwira wa Hombolo, badala yao waliwekwa wageni toka Tanga ambao walienea Dodoma, Manyoni na Mpwapwa. Makarani wa Baraza walibakizwa kazini mwao.

Bwana T. M. Revington hakukawia kuondoka na alikuja bwana A. H. Le Geyt, Bwana D.C. alipofika Dodoma alibadili mpango wake. Alianzisha kuwafukuza makarani wa Tanga na kuchukua makarani wa Baraza ambao ni Wagogo kuwaingiza kazi ya kutoza kodi Ugogoni, miongoni mwao nilikuwa mmojawao wa kubadilishwa kutoka katika kazi ya Baraza na kuwa karani wa kodi wa serikali.

Vilitokea viroja ndugu! Makarani hao walipochaguliwa kutoka katika mabaraza na kuingizwa katika serikali walitakiwa kuandikisha majina yao na makabila yao. Bila kuona haya (soni) Wagogo wenzetu wengine waliacha kabila lao la Ugogo ghafula, na mara moja walijiita na kujiandikisha makabila mengine mapya. Tulipowauliza sababu (tukiwa peke yetu na wao) walijitetea kwamba "tumeandikisha makabila hayo kwa muda tu, maana kabila letu hawalipendi sana wazungu, na makarani wenzetu wale walifukuzwa kwa sababu ya Ugogo na Watemi wengi huoni wanafukuzwa?", jamani tulichoka. Katika hao wengine waliandikisha kabila la Wahehe na mengineyo. Lakini wengine walikubali kufukuzwa kazi yao kuliko kulikana kabila lao la Ugogo. Basi kwa kisa hicho tu kiliacha mimi niandike shairi na kulitia katika Kitabu changu cha "Historia Mila na Desturi za Wagogo". Shairi hilo linasema: "Abadiliye kabila, Hakuwa mkabaila" Ukurasa 63 wa kitabu hicho. Vile vile Chama cha Umoja wa Wagogo (Ugogo Union) kilipoanzishwa Dodoma mwaka 1956, wanachama wengi waliingia hapo mwanzo, na baadhi yao walichaguliwa kuwa viongozi ama Halmashauri wa Chama hicho kusema kuwa ni Wagogo, lakini baadaye waliasi na kusema kuwa wao si Wagogo, eti walikose*[7] maana ni makabila mengine. Baadhi yao walisema ni Wanyamwezi, Wakimbu nakadhalika. Lakini hata sasa kwa mambo yote kwa jumla hawajitengi na Wagogo, nao wanajiita Wagogo yanapokuwa mambo ya kheri, pia wanadai kuwa wana haki zote za Ugogo. Hivyo Wagogo wa namna hiyo ndio tunaowaita Popo, na ndio adui wanaoharibu hesabu ya Wagogo katika nchi ya Ugogo.

Hesabu ya Wagogo walipohesabiwa mwaka 1948, walifikia umati wa Wagogo 278,755, wakiwa wanaume na wanawake pamoja. Na katika mwaka 1957 Wagogo 299,417, wakiwa wanaume na wanawake pamoja Tanganyikani. Hivyo kwa kufuata mafungu ya makao na jinsi walivyohesabiwa katika wilaya ya Dodoma, Manyoni, Mpwapwa na Kongwa hata sehemu yote ya Jimbo na Majimbo mbali mbali *[8] nchi ya Tanganyika hesabu ya 1957 ilihesabiwa hivi:-</4>

HESABU YA WAGOGO NCHINI 1957					
Wilaya	Jimbo	Wanaume	Wanawake	Jumla	Wote
Dodoma	Kati	94,054	110,933	204,987	
Mpwapwa/Kongwa	"	21,913	23,814	45,727	
Manyoni	"	10,488	12,269	22,757	
	Ugogoni	126,455	147,016	273,471	273,471
Kondoa	la Kati	1,495	1,479	2,974	
Singida	"	148	146	294	
Iramba	"	59	43	102	
	Jimboni	1,702	1,668	3,370	3,370
	Mashariki	5,702	2,729	8,431	
	Kaskazini	3,228	1,243	4,471	
	Tanga	2,959	789	3,748	
	Nyanda za Juu	1,499	1,564	3,063	
	Magharibi	1,050	1,021	2,071	
	La Ziwani	339	295	634	
	Nje ya Jimbo	14,777	7,641	22,418	22,418
Penginepo nje ya Tanganyika		101	57	158	158
	Jimbo la kati	128,157	148,684	276,841	
	Majimbo mengine	14,777	7,641	22,418	
	Penginepo	101	57	158	
		143,035	156,382	299,417	299,417

Jedwali 1: Hesabu ya Wagogo nchini 1957

Wakati nilipopitia hesabu ya Wagogo katika ofisi ya Bwana Shauri nilijionelea mwenyewe kuwa hesabu ya mwaka 1948 iliharibika sana. Ama hakika inasikitisha kuona kuwa katika Baraza la Makutupora (kwa sasa ni Mundemu) iliharibiwa sana na makarani waliohesabu sehemu hiyo ya Makutupora. Sijui kama ni wao w*[9]yewe tu walifanya hivyo ama vipi sielewi! Eti waliandika kuwa "Wapangwa ni 55,000"! Je Makutupora kuna Wapangwa wa Njombe Jimbo la Nyanda za Juu? Wapangwa hao wanakaa mahali gani katika nchi ya Makutupora? Hivyo eti hakupatikana Mgogo hata mmoja! Waliandikwa: Wapangwa, Wamas*[10]i na Wasandawe! tu! Hii ni ajabu ilioje! Ingelifaa kila Mgogo kusaidia kabila lake na kulikuza na hali ya maendeleo yake. Nadhani hitilafu hii inaletwa vile vile na baadhi ya makarani wanaoandika watu pengine huvutia kupata hesabu ya kabila lao anapowakuta watu wengine wasiojua kusoma na kuandika. Hata Mtemi Edward Palingo aligeuzwa kuwa ni Mpangwa?

SURA YA 3.
UKULIMA NA UTANGATANGAJI WA WAGOGO NCHINI.

Kumbukumbu imefanywa mioyoni mwa watu kuhusu makazi ya Wagogo wengine nchini miongoni mwa wahamaji kutangatanga Ugogoni na kadhalika. Ingawa si desturi ya Wagogo kuhamahama kama walivyo Wamasai, lakini kidogo waelekea kuwa nao pia wahamaji sasa.

Ni dhahiri kwamba Wagogo wengi huhamahama kuizunguka Ugogo. Uhamaji huo huambatana na utafutaji wa mapori ya kufyeka na kulima mashamba yao mapya; ama hutafuta nchi na ardhi yenye rutuba. Mara kwa mara waonapo nchi hiyo imechakaa au kuchoka huhama hapo na kuelekea mbele ama nyuma yao kutafuta sehemu nyingine bora na iliyo mpya kwa kilimo ili wapate mavuno mengi, na yenye majani mengi kwa malisho ya ng'ombe, mbuzi na kondoo wao.

Baadhi za nchi ya Matumbulu, Mvumi, Makang'wa, Dodoma, Luatu na karibu yake watu wao walio wengi walihama kuelekea sehemu za magharibi. Huko nako waliingia sehemu fulani fulani za nchi ya Kinyambwa, vile wengi waliingia Mpinga, Ntangano, Mzogole, Ntoli, Chiguluka na baadhi ya Kididimo. Na katika sehemu ya nchi ya Bahi waliingia katika vijiji vya Mpinga, Chilala, Kigwambuga, Kigwe, Matandala, Chandama na Nchenje. Baada ya kuona mapori hayo yame-*[11]wisha, watu wale wale baadhi yao na watoto wao waliozalia huko walihama tena *[12]kea sehemu za nchi nyingine, zaidi kaskazini na wengine kusini, kwani[/5] ilikuwa vigumu kusonga mbugani, kwani hakuna mapori.

Baadhi ya watu hao walihamia katika nchi ya Makutupora waliposikia sifa za mapori ya Mundemu (ambapo sasa ni kweupe kabisa liliko Baraza jipya). Baadhi yao walipitiliza katika nchi ya zanka, kama vile Msisi, Sinjisi na sehemu nyinginezo nyingi Chisima-Chandeje mpaka Msangani. Wale waliosalia nyuma waliyaingilia mapori ya nchi ya Matangizi, Mbalawala, Kilungulu na Ilindi. Baadhi yao sasa wamerudi tena katika nchi walizotoka baada ya kusikia kwamba mapori ya kufyeka sasa yamerudi, hivyo wamerudia kufyeka huko walikotoka tena na kulima.

Katika wilaya ya Manyoni, vile vile watu wengi wa Unyangwira walihamia Muhalala, na wengine Itigi. Na watu wengi wa Muhalala pia wamehamia Itigi katika vijiji vya Muhanga, Mabondeni, Sanjaranda Damarugu na Iwelewele na Bangajega. Baadhi yao wamepitiliza huko Mgandu na penginepo. Baada ya uhamaji huo ukichungua utakuta kwamba Wagogo wa wilaya ya Dodoma wamehamia Manyoni, na wa Manyoni wamehamia Dodoma, Wagogo wa Mpwawa na Kongwa wamehamia Dodoma, na Dodoma kuhamia Mpwapwa na Kongwa, ilmuradi heka heka na kutangatanga tu kutafuta pakufaa kwa ajili ya kilimo.

Shida hii wanaijua vizuri zaidi makarani wa kodi, kila mara hufuta majina vitabuni waliohama na kuandika majina ya wahamiaji vile vile kutoka wilaya nyingine. Shughuli yote kubwa hivi ni kwa ajili ya utafutaji wa sehemu zenye ardhi njema kwa ukulima ambayo haijali upungufu wa mvua, kama ilivyo katika nchi ya Ugogo mara nyingi mvua huwa ni haba. Mara nyingi zaidi Wagogo huhama wengi zaidi kila mwaka wenye shida hasa inapoingia njaa nchini kwa ajili ya ukosefu wa mvua.

Utangatangaji huo ndio unaoleta taabu mara kwa mara Watemi wakigombania mipaka ya nchi zao, maama huyu anaweza kujenga mpakani kabisa kwa Mtemi huyu na yule, na kwa vile mipaka ya Watemi haina Ramani maalum, basi Watemi humgombea raia huyo. Taabu yote hiyo inaletwa hasa na kutojua jinsi ya kutunza kwetu ardhi ya mashamba yetu na kuyadumisha katika hali njema na kuzuia mmomonyoko wa udongo. Kati yao wasiotaka kuhama hupanda milimani ili kufyeka na kulima mashamba huko juu ijapokuwa wanajua ya kwamba mamlaka ya wenyeji yamekataza kufyeka milimani na kulima mashamba.

Baada ya kuona njaa inatokea mara kwa mara Ugogoni ndipo wengi wetu wamehamia nchi za nje ya Ugogo katika majimbo mengine ya Tangayika, kama vile ulivyosoma "Hesabu ya Wagogo" umeona ya kuwa kuna Wagogo 22,418 wamehamia katika majimbo mengine, na 158 nje ya Tanganyika. Hesabu yote hii iliongezeka zaidi walipohama tangu njaa ya 1953 mfululizo mpaka 1954.

Shauri hili liliwahi kuzungumzwa katika mkutano wa Baraza la Kutunga Sheria, mwanzoni mwa mwaka 1955 kufikiria kwamba bora Wagogo wangelihamishwa kutoka katika nchi ya Ugogo na kupelekwa mahali pengine na kuiacha Ugogo ikae ukiwani, kwani inamaliza watu. Shauri hili lillitolewa katika Kigazeti cha "HABARI ZA LEO" No.702 la tarehe 18 Februari, 1955. Shauri hili lililiulizwa katika Lejiko na Mheshimiwa Bwana J.H. Baker.

Tukitazama sana tena tunaona kuwa Wagogo ambao hufa nyakati za njaa huwa ni wengi, nao vile vile hupunguza hesabu sana ya kabila letu Wagogo. Na njaa ndiyo iliyofundisha Mgogo kuhama-hama ili kutafuta raha na starehe.

SURA YA 4.

HALI YA MVUA KATIKA NCHI ZA UGOGO.

Moja ya mambo makuu yasumbuayo Ugogo ni upungufu wa mvua ambao hutokea mara kwa mara nchini. Baada ya ukosefu huo wa mvua Wagogo hupata mavuno haba sana, na wengine hukosa kabisa, hivyo huingia njaa Ugogoni. Baadhi ya watu wengi wa mahali pengine pengi huwadhania kuwa labda Wagogo ni wavivu wa kikao ambao hawajui kulima, la hasha. Hakika mashamba yalimwayo na Wagogo ni makubwa sana. Shamba moja la Mgogo laweza kuwa na eka sitini ama sabini hivi za eneo; na huwa mashamba mawili au matatu hivi, na pengine huwa na makonde mawili ama matatu ya karanga, mahindi na njugumawe, na kadhalika.

Mkulima wa Ugogo hupenda kufyekesha mapori kwa pombe ili apate shamba jipya kubwa ambalo shamba la namna hiyo huwa halina kazi kubwa kwa kulima, *ana[13] majani huwa haba katika mwaka wa kwanza na wa pili. Kazi zote za shamba ***go[14] hutumia kupikisha pombe ya kulimia mara kwa mara, hivyo hupata msaada</6> toka kwa jirani zake mpaka mashamba yote yatakapokwisha limika tayari hata palizi huwa vivyo hivyo tu. Mgogo asipofanya hivyo hawezi kumaliza mashamba yake kwa nguvu zake peke yake tu na mkewe. Hivyo mwaka wa shida ya mvua anapopika pombe ya kulimia hutumia mtama wake kwa kutegemea mvua imletee mavuno mema mwakani, asipopata mvua njema hukosa mavuno, na akiba yake huwa imekwisha kwa pombe na chakula, hivyo njaa humsonga.

Tangu zamani Mgogo alikuwa anajua miezi za mwaka na hutambua hali ya hewa na ishara za kujulisha kwamba mwaka huo unaokuja mwema sana ama hapana. Nao walikuwa na miezi kumi na mbili kama zilivyo za kizungu. Majina ya miezi yao ni:

(a)   (Majina ya miezi ya Cigogo na tasfiri yake)

1. Mosi (au Mwamilanghanga, Mucilanhungo) ni Novemba.

2. Mhili ni Desemba.

3. Mupalangulu ni Januari.

4. Munye ni Februari.

5. Muhano ni Machi.

6. Mutandatu ni Aprili.

7. Mupunghati ni Mei.

8. Munana ni Juni.

9. Mucenga ni Julai.

10.   Weli-kumi ni Agosti.

11.   Mumbeleje ni Septemba.

12.   Musisimuka ni Oktoba.

Hivyo tukiangalia miezi ya Cigogo ni kumi na miwili; bali majira yake ni tofauti kidogo kwa sababu mwaka wa Cigogo huanzia katika mwezi wa

Novemba, kwa Wagogo ni wa kwanza. "Mwamilanghanga", maana yake huwa watu wamepanda mbegu na kuamia kanga ili kungoja mvua. "Mucilanhungo" yaani "Rangi-mbili" maana sehemu nyingi za nchi katika mwezi huu huwa mvua imenyesha na kubaki pande zinginezo. Maana ya miezi mingine ni "Mhili", maana yake "Wapili", Mupalangulu ni "Watatu", "Munye" maana yake ni "Wanne", "Mumbeleje" maana yake watu wanabelega mabua, ni wa kumi na moja, Kizungu ni Septemba.

Wagogo wa zamani zilizopita walijua sana na kuangalia vema majira ya miezi yao kwa nyakati mbalimbali bila kuchelewa kwa kazi za mashamba, kujenga na kudha wa kadha.

(b)   Mnyesho wa mvua kwa muda wa miaka 38.

Hii ifuatayo ni hesabu ya matokeo ya mvua iliyonyesha katika nchi ya Ugogo kwa Dodoma tangu mwaka 1921 mpaka 1959. Msomaji ataona yeye mwenyewe hasa katika hesabu ya jumla ambayo inajulisha wastani wa mvua inches 22.91 katika wilaya ya Dodoma, lakini kila mwaka una hesabu yake kwa kufuata wingi ama uchache wa mvua kama ilivyonyesha katika mwaka huo. Kadiri utakavyokuta hesabu ya jumla imepungua na ndivyo mvua ilivyopungua nchini na kuleta njaa Ugogoni.

Basi hapa chini naandika hesabu ya mnyesho wa mvua ichungue kwa makini. Kawaida ya mvua ya Ugogo ambayo yenye tumaini zaidi huanza katika mwezi wa Desemba ambayo wastani wake huwa inchi 3.85, nayo hufululiza kwa nguvu mpaka katika mwezi wa Machi. Januari huwa na mvua ya wastani wake ni inchi 5.76 ambapo Februari hupungua inchi 1.59 kwa mvua ya Januari, yaani Februari ina inchi 4.17 na Machi ni 5.08 kwa wastani. Hivyo tukitazama sana tunaona ya kwamba mvua isiponyesha sawa sawa katika mwezi Januari ni hasara kubwa kwa mkulima, maana hatapata mvua nyingine ya kutosha katika miezi ya mbele na mimea itakuwa tayari imekwisha haribika. Miezi ya Aprili, Mei na Juni hazina mvua ya kutosha katika nchi ya Ugogo mvua huanza kunyesha mnamo miezi za Oktoba na Novemba.

Hebu angalia orodha ya miaka, miezi na vipimo vya mvua kwa miaka 38 toka "Dodoma Rainfall by seasons (2nd Order Station)":- </7>

Wastani mwezi	0.18 Oct.	0.84 Nov.	3.85 Dec.	5.76 Jan.	4.17 Feb.	5.08 Mar.	1.91 Apr.	0.22 May	0.04 June	0.00 July	0.00 Aug.	0.00 Sept.	22.91 Jumla
1921/22	-	0.19	6.70	5.47	1.84	3.93	0.09	0.22	-	-	-	-	18.44
1922/23	-	0.21	0.18	1.99	6.14	1.79	8.02	0.09	-	-	-	-	18.42
1923/24	-	0.04	10.12	-	5.70	0.64	1.24	-	-	-	-	-	17.74
1924/25	-	0.47	0.64	12.24	3.47	0.91	0.44	-	-	-	-	-	18.17
1925/26	-	2.06	4.26	7.30	5.25	2.02	2.70	-	-	-	-	-	23.59
1926/27	0.37	0.51	6.43	6.50	2.20	5.87	1.37	-	-	-	-	-	23.25
1927/28	-	-	4.96	0.53	2.60	3.58	1.38	-	-	-	-	-	13.05
1928/29	1.34	-	5.70	8.22	0.13	6.65	-	-	-	-	-	-	22.04
1929/30	-	0.66	7.59	6.30	4.57	10.92	3.38	-	-	-	-	-	33.42
1930/31	-	-	1.19	5.98	2.59	8.78	0.74	0.12	-	-	-	-	19.40
1931/32	-	0.08	5.80	2.38	2.84	5.94	1.93	-	-	-	-	-	18.97
1932/33	-	-	3.19	10.74	3.60	3.39	4.13	-	-	-	-	-	25.05
1933/34	-	0.06	1.60	4.70	7.61	2.97	0.39	-	-	-	-	-	17.33
1934/35	-	0.20	4.65	6.46	5.24	1.47	2.42	1.83	-	-	-	-	22.27
1935/36	-	-	7.38	5.99	12.63	4.91	1.84	0.29	0.02	-	-	0.17	33.23
1936/37	0.04	0.09	4.22	7.59	1.35	5.92	3.04	0.04	-	-	-	-	22.29
1937/38	0.17	0.03	1.94	4.09	7.09	11.34	0.54	0.06	-	-	-	-	25.26
1938/39	0.07	0.66	0.87	2.21	5.13	8.10	1.45	0.22	-	-	-	-	18.71
1939/40	-	2.07	2.44	7.59	3.16	7.76	0.46	-	0.02	-	-	-	23.50
1940/41	-	1.09	4.48	10.68	2.99	5.90	0.17	0.62	-	-	-	-	25.93
1941/42	-	4.66	4.32	8.53	2.86	8.38	1.91	0.18	-	-	-	-	30.84
1942/43	-	9.02	2.78	5.54	6.19	2.39	0.33	0.01	-	-	-	-	26.26
1943/44	-	-	1.04	6.64	5.19	4.98	5.50	0.03	-	-	-	-	21.38
1944/45	2.33	8.80	6.52	3.27	3.99	2.69	0.83	0.91	-	-	-	-	29.34
1945/46	-	2.89	5.42	2.13	1.99	3.34	2.25	0.10	-	-	-	0.04	18.16
1946/47	0.06	0.75	1.46	16.42	4.95	4.82	7.09	0.38	0.65	-	0.62	-	36.60
1947/48	-	0.50	7.60	3.13	1.28	5.19	0.97	0.25	-	-	-	-	18.94
1948/49	1.66	0.02	1.74	4.45	5.68	0.94	-	-	-	-	-	-	14.49
1949/50	-	-	5.41	4.71	5.71	6.00	0.36	0.05	-	-	-	-	22.24
1950/51	0.19	0.08	1.79	6.38	5.07	5.77	3.41	-	-	-	-	-	22.69
1951/52	0.04	1.00	4.62	3.62	5.26	4.06	3.35	1.05	-	-	-	-	23.00
1952/53	-	0.15	-	6.92	0.08	0.75	2.48	-	-	-	-	-	10.38
1953/54	-	-	7.24	2.33	1.34	2.64	1.46	4.05	-	-	-	-	19.06
1954/55	-	-	5.46	1.77	8.12	3.95	0.34	0.36	-	-	-	-	20.00
1955/56	-	0.05	5.88	7.41	3.41	2.03	7.20	-	-	-	-	-	26.16
1956/57	-	-	5.62	4.75	4.22	2.40	4.90	0.47	-	-	-	-	28.12
1957/58	-	0.09	4.37	6.26	11.78	5.52	0.08	0.02	-	-	-	-	28.12
1958/59	-	0.12	6.53	4.47	6.83	5.32	0.22	-	-	-	-	-	23.49

Jedwali 2: Mnyesho wa Mvua kwa muda wa miaka 38, wilaya ya Dodoma.

Hivyo mvua ya nchi ya Ugogo ni matata matata kila mara, karibu kila kumi la mnyesho wa mvua kwa wastani huwa ni njaa; ishirini mpaka thelathini la mnyesho wa mvua nchini huambulia mavuno mema na sehemu za mbugani hesabu ya ishirini ya wastani ya mvua haipambi mpaka kwenye hesabu ya thelathini na zaidi ndipo hujipatia mavuno ya kutosha.

SURA YA 5.
MAZAO YAPATIKANAYO UGOGONI NA KUUZWA SOKONI

Katika nchi ya Ugogo haina mazao mengi sana yauzwayo sokoni kila mwaka tukilinganisha na nchi nyinginezo Tanganyikani, isipokuwa katika miaka za neema. Baadhi ya mavuno mengine huwa ni vigumu kupatikana, na mazao machache huwa yamezuiliwa na serikali kuu na utawala wa wenyeji kwa kuchelea kuwa watu watamaliza vyakula vyao majumbani, kusudi pindi itokeapo njaa nchini wenyeji wasihangaike. Shabaha hiyo ndiyo iliyoleta ule utaratibu wa kujenga maghala ya vyakula vya kuweka vyakula vya wwenyeji – nayo huwa ni madebe matatu matatu ya kila mlipaji kodi Ugogoni. Hiyo huitwa "Akiba ya njaa".

Kwa uchache mavuno ya kuliwa huwa ni vigumu kuuzwa sokoni isipokuwa ni mavuno ya mapato ya fedha, kama vile Nyonyo, Karanga, Alzeti na mengineyo huuzwa mengi sana hasa nyakati za miaka za neema. Katika nchi ya Ugogo ni kama hayo yafuatayo. Mavuno hayo yaliyouzwa sokoni kwa miaka tangu 1951 mpaka mwaka 1958. Nafaka hizo zilizotajwa katika orodha hii ni baadhi yake tu si *** yauzwayo sokoni. Pia kuna karasaji nyinginezo nyingi zipatikanazo katika ***. Hii ni baadhi yake tu kutokana na Ripoti za idara ya kilimo tu. [/8]

Zao: Wilaya	1951	1952	1953	1954	1955	1956	1957	1958	Bei ya wastani wa tani katika paundi	Jumla na thamani kwa 1958 katika paundi
Mahindi:										
Dodoma	-	-	-	-	178	693	69	55.3	12.100	712
Mp./Kongwa	-	-	-	-	316	220	99	287.283	11.100	3303.5
Manyoni	368	55	-	-	220	332	112	358	10.100	3580
Mtama na Mawele:										
Dodoma	-	-	-	-	-	2	1	0.03	19.0.0	5.10.0
Mp./Kongwa	-	-	-	-	-	-	-	0.798	14.0.0	11.0.0
Manyoni	38	-	-	-	20	12	12	23	11.100	270.0.0
Nyonyo:										
Dodoma	-	434	136	263	140	657	899	729.4	32.0.0	2350.4
Mp./Kongwa	-	-	354	665	900	1600	2735	1888618	32.100	61380
Manyoni	57	118	51	43	16	15	22	39	30.100	1202
Karanga:										
Dodoma	-	617	-	7	22	437	731	1085	45.0.0	49.678
Mp./Kongwa	-	-	1	10	100	700	1081	1055856	47.0.0	49.625
Manyoni	80	106	2	24	84	206	117	212	41.0.0	8.768
Vitunguu:										
Dodoma	-	8	7	1	2	0.5	-	8.036	28.0.0	225
Mp./Kongwa	-	-	3	1	6	0.25	1.2	1.144	21.100	24.10.0
Manyoni	34	72	23	42	24	4	2	3	27.100	81.0.0
Mchanganyiko wa Nafaka:										
Dodoma	-	-	-	-	16	54	-	6.8	24.8.0	166
Mp./Kongwa	-	-	-	9	15	13	16	15.37	20.110	323
Manyoni	74	88	-	-	4	9	4	-	-	-
Halzeti:										
Dodoma	-	-	-	1	-	2	4	0.3	14.0.0	4
Mp./Kongwa	-	-	1	10	10	13	7.8	0.394	12.0.0	4
Manyoni	20	12	5	15	22	46	25	24	10.0.0	214
Gundi:										
Dodoma	-	14	14	67	52	60	22	25.5	50.0.0	1.274
Mp./Kongwa	-	-	-	5	2	-	1.2	0.185	36.100	6
Manyoni	4	4	8	22	22	8	5	5.	54.120	273

Jedwali 3: Tani za mazao na bei ya wastani wake

Hesabu hiyo ni ya Dodoma, Mpwapwa na Kongwa na Manyoni pamoja. Wakulima wa nchi za Ugogo huuza mazao yao kwa kutarajia mapato ya fedha ili ziwafae katika shida zao – kulipia kodi, nguo, ada za watoto wa shule na mengineyo mengi. Kila anayeuza mazao yake hafikiri wala hajui ya kwamba baadhi ya mazao yake hayo auzayo huwa yana faida ya mwili wake – kujenga, kuleta nguvu na yenye vitamini bora kwa anapokula. Kwa kutokujua kwake ni vitu gani vifaavyo ambavyo ingelimpasa awe navyo kwa matumizi ya mwili yeye na watoto wake huviuza vitu hivyo. Anachojali yeye zaid*[15] hasa ni shibe tu kwa kila anchokula. Vitamini hivyo havitokani na mazao ya shamba tu peke yake, bali hutokana pia hata vitu vinginevyo ambavyo kila Mgogo kwa kawaida anavyo. Hapa chini naandika vichache vyenye kumfaa mtu mwilini mwake na kumletea siha ya maungo, kama vilivyopangwa na wataalamu wa mambo ya afya. Vitu hivyo ni hima, na ukumbuke kuwa kila unapouza mazao yako usivikose, navyo ni:-

51

CHAKULA:	CHAKULA BORA					
	Vyakula vya kujenga mwili	Vyakula vya kuleta nguvu	Vitamini A	Vitamini B	Vitamini C	Vitamini D
Maziwa	•	•	•	•	•	•
Nyama	●	•	•	•		
Maini	●	•	●	●	·	
Mayai	●	•	•	•		
Samaki	●	•	•			•
Maharagwe	•	●	•	•		
Choroko	•	●	•	•		
Mafuta siagi		●	●			
Mahindi	·	●	•			
Ndizi		•			·	·
Muhogo		•				
Mtama		●	•			
Unga		●	•			
Sukari, Asali		●				
Limau		·			•	
Machungwa		·			●	
Papai		·	•		●	
Maembe		·	•	·	·	
Nyanya		·	•		●	
Vitunguu		•		·	·	
Njugu	•	●	•	•		
Mboga za rangi			●	•	•	

Kiasi kikubwa: ●   Kiasi cha kutosha: •   Kiasi kidogo tu: ·

Jedwali 4: Chakula bora na mchanganuo wake

</9>

SURA YA 6.

AINA ZA UDONGO KWA UKULIMA KATIKA UGOGO.

Kwa vile kitabu hiki chaitwa "Ugogo na ardhi yake" hivyo ni wajibu wangu kuandika namna chache za udongo uliomo katika nchi ya Ugogo kwa kila daraja yake, kadhalika na mimea isimamayo katika ardhi za aina hizo kwa kawaida, na mimea zipandwazo na kumea humo na wenyeji siku zote. Udongo wa sehemu mbali mbali huo hutambulika kwa kukuta majani fulani fulani au miti fulani isitawiyo humo. Majina ya udongo huo yameandikwa Cigogo, Kiswahili na Kiingereza. Kadhalika majina ya majani yaliyomo katika sehemu hizo yametajwa jina la Cigogo ili majina hayo yasije yakasahaulika siku zijazo.

Kama ilivyo kwa siku hizi udongo huo ungepaswa kulimwa kwa kufuata maagizo ya maafisa wa kilimo (Idara ya Zazaa) jinsi wanavyoagiza ndipo tutakapofaulu katika shida na mashaka. Hivyo ardhi ya Ugogo ni ya aina hizi zifuatazo hapa chini:-

1) Cigogo: Isanga.

Kiswahili: Kichanga cha kijivu kidogo.

Kiingereza: Grey sol.

Ardhi ya namna hii kwa kawaida hupandwa Njugu-mawe, mawele na baadhi ya kunde ama maharagwe. Udongo wa aina hii hukutwa majani yaotayo humo ambayo huitwa kwa Cigogo "Muhilile", "Makandajizi", "Misungusungu" na "Mipululu", hata "Nang'ana".

2) Cigogo: Nghuluhi.

Kiswahili: Udongo mwekundu.

Kiingereza: Red soil

Ardhi ya namna hii hupandwa zaidi mtama, karanga, nyonyo, mahindi, wimbi na mimea mingineyo mingi. Udongo huu huwa na majani yaliyoota humo huitwa "Njelula", "Mhangalale", "Nghungugu" na mingineyo.

3) Cigogo: Ilolo.

Kiswahili: Bonde.

Kiingereza: Lower parts of land.

Ardhi ya namna hii hupandwa mahindi, viazi vitamu, Fiwi, maboga na vinginevyo. Udongo wa ardhi hii hukutwa una miti iitwayo "Njifu" na majani yaitwayo "Ndilo" na mengineyo.

4) Cigogo: Ngogomba.

Kiswahili: Udongo mweusi mzito.

Kiingereza: Dark Soil.

Ardhi ya udongo mgumu wa namna hii hupandwa mtama na mahindi, bali wahitaji udongo utifuliwe vema, na wahitaji mvua nyingi. Katika Ngogomba kuna miti ziitwazo "Nghananghana" ama "Milimilambogo", "Nhemalwina", "Mvugala" na "Cilacambwa" na mingineyo.

5) Cigogo: Nyika

Kiswahili: Udongo wa mbuga

Kiingereza: Mbuga Soil. (Swamp Soil)

Ardhi ya namna hii ya mbuga zaidi hupandwa mtama mweupe. Mbuga ya namna hii hupatikana mmea wa "Nghowe", "Nghwalakwala", "Midejedeje" na "Cihunganghwale".

6) Cigogo: Itinhi.

Kiswahili: Chem-chemu.

Kiingereza: Ground never dries completely out.

Ardhi ya namna hii hupatikana majani ama mime mifupi sana. Majani hayo huitwa "Musweheyi" na "Ndyafudi". Sehemu ya aina hii hulimwa viazi vitamu, Viazi Ulaya na pengine hupandwa mpunga.
</10>

7) Cigogo: Isalalo

Kiswahili: Ardhi chepechepe

Kiingereza: Fertile and humide ground.

Ardhi ya namna hii hulimwa Miwa, Mboga za Kizungu, Migomba na vinginevyo vipendavyo ardhi ya rutuba ya chepechepe. Hupatikana "Mazejetwa" na mengineyo.

8) Cigogo: Madovya.

Kiswahili: Tope za mkusanyiko wa maji.

Kiingereza: Muddy land. Ground where water is collecing during the rainy season.

Ardhi ya aina hii zaidi hupandwa mpunga. Majani ama mimea zipatikanazo humo ni "Matukula" na "Manghomanje".

9) Cigogo: Iramba.

Kiswahili: Bwawa.

Kiingereza: A dam. A flat waterhole, which dries out soon after rains.

Bwawa la namna hii hupandwa mpunga kwa kawaida. Maji yanapokauka mpunga huwa tayari umewiva.

10)	Cigogo: Viguru.

Kiswahili: Ardhi ya visuguu.

Kiingereza: White ants' hills.

Ardhi ya aina hii hupandwa mtama, mawele, njugu-mawe, kunde hata mahindi pia na matango. Katika sehemu za udongo huu hupatikana mimea za majani chipukizi ya "Nhula", "Munghonjera" na "Mulutulutu", "Mitucila" na "Mitugutu".

11)	Cigogo:	Ikanganyika.

Kiswahili: Udongo yabisi mweusi.

Kiingereza: Black Cotton Soil.

Ardhi ya namna hii waweza kupanda mtama mweupe uitwao kwa Cigogo "Cipuputa" "Maciligogo" pengine hufaa hata Malezi ama chochote kile kifaacho na kuhimili katika ardhi ya namna hiyo. "Migonandele", Nghambara" na "Mikutani" hupatikana pia. Hupatikana miti kama "Mifuku", "Mieza" na "Milimilambogo"

12)   Cigogo: Camwino

Kiswahili: Ardhi inayoambaa mifereji za maji ya chumvi chumvi yasiyokoma.

Kiingereza: Land lying along the edges of water streams (Salinity).

Ardhi hapa hapafai kwa kilimo. Sehemu ya namna hiyo huota miti ziitwazo "Macamwino". Kwa kawaida majani mengine huwa hayaoti.

13)   Cigogo: Lukulo.

Kiswahili: Ardhi ichimbwayo chumvi.

Kiingereza: Salty Soil.

Ardhi ya aina hii haioti majani, wala haipandwi kitu chochote. Watu hupata chumvi na kutengeneza chumvi tu. Ni machimbo ya chumvi.

14)   Cigogo: Inyelya.

Kiswahili: Mchanga mwepesi.

Kiingereza: Pasture Soil.

Ardhi ya mchanga huu mimea ya kilimo haistawi. Inafaa hasa kwa malisho ya wanyama tu. Miti mikubwa iitwayo " Minyinga", "Miguji" na pengine "Mikora" hupatikana humo. Njugu-mawe zaweza kustawi. "Miliende", " Manha" na "Malandu" hupatikana.

15)   Cigogo: Sakarawe.

Kiswahili: Changarawe.
Kiingereza:Gravel Land.
Ardhi ya namna hii hailimwi kitu ina mawe mawe.
</11>

16)   Cigogo: Ibarangu.

Kiswahili: Nchi kavu, kame, haioti majani.
Kiingereza: Barren Land.
Ardhi hii haifai kabisa. Pafaa kwa kuanikia mtama wa mavuno tu na kuchezea michezo, kama yahitajiwa.

17) Cigogo: Magungu.

Kiswahili: Mawe mororo au matumbawe.

Kiingereza: Barren Land (Smoothly Stones).

Ardhi ya magungu hapafai kwa kulima chochote.

Ingawa nimeandika kila mahali kuwa "Ardhi ya namna hii hulimwa..." lakini si kwamba wote hulima mimea hiyo kama ilivyotajwa hivyo, lakini wengine hubadilisha utaratibu wake na kulima kinyume chake.

Kama tujuavyo kwamba Ugogo ina aina nyingi sana za Udongo, ndivyo inavyotupasa kuchagua ama kulima sehemu hizo kwa kufuata jinsi zinavyolazimu ardhi hiyo kwa kufuata maagizo ya Idara ya Kilimo. Kama udongo wa aina fulani na wahitaji kupanda mbegu fulani ni lazima ujue kwanza ni nini kinachohitaji kwa namna ya kulima – matuta ama sesa? Iwapo ni lazima kulima matuta si vema ukilima kwa sesa. Panapohitaji kulimwa matuta makubwa ya kukinga maji ili udongo usichukuliwe na kupelekwa mbugani ni lazima tukinge maji yasichukuliwe. Njia iliyo bora sana ni ile tu ya kufuata maagizo na mashauri ya Idara ya Kilimo (Zaraa). Hivyo tutafanikiwa tukiyafuata.

Kila mtu anajua kwamba utajiri wa nchi yetu wategemea ardhi kwa kilimo. Kilimo kikiwa cha namna hafifu tutapata mavuno yetu hafifu pia, lakini tukifuata maagizo mema ya ukulima mwema bila shaka ardhi nayo itatutolea mazao bora yenye kuleta utajiri nchini na kuleta ustawi wa maendeleo ya kabila.

SURA YA 7.
HESABU YA WANYAMA KATIKA NCHI YA UGOGO.

Amali ya Mgogo tangu zamani na kale hasa ni wanyama na ukulima pamoja. Kadri Wagogo wanavyozaliana zaidi na ndivyo wanyama wao wanavyozaliana zaidi na zaidi. Na wao ndivyo wanavyozidi kupenda pato lao la mifugo wengi mno bila kujali hali ya afya ya wanyama wao.

Ingawa sehemu yote yo Ugogo ina minada za wanyama ambapo huuzwa karibu kila siku, kila Juma mfululizo, mwaka na miaka, lakini kila utazamapo makundi ya Wagogo utakuta hesabu ya wanyama bado ingali inazidi tu nchini.

Hapa chini naandika hesabu ya wanyama – ng'ombe, mbuzi, kondoo na punda waliomo Ugogoni. Wanyama hao na wale waliouzwa mnadani tangu mwaka 1940 mpaka 1958/59:-

(Jimbo zima	1940	1949)	(Ugogoni	1958	1959)
Ng'ombe	1,244,061	1,202,014	Ng'ombe	543,347	618,657
Mbuzi	686,760	417,371	Mbuzi na		
Kondoo	340,622	185,792	Kondoo	619,236	686,043
Punda	17,548	38,847	Punda	12,890	16,486

Jedwali 5 : Hesabu ya wanyama nchini

(Jimbo zima	1940	1948	1949)	(Ugogoni	1957	1958)
Ng'ombe	54,752	32,945	54,811	Ng'ombe	65,879	76,666
Mbuzi na				Mbuzi na		
Kondoo	16,707	21,159	34,690	Kondoo	76,560	76,721
Punda	-	-	-	Punda	-	58

Jedwali 6: Hesabu ya wanyama waliouzwa mnadani

Ingawa wanyama huuzwa daima, na ijapokuwa hao wanyama hufa mno nyakati za njaa ya kukosa majani nchini, lakini mara tu wakipata neema baada ya miaka mitatu hivi kuzaliana mno. Mwaka 1949 kuliwa na njaa wengi **na[16] walikufa kwa njaa. </12>

Mazao katika nchi ya Ugogo yanapungua kwa ajili ya kuzidi kwa hesabu ya wanyama nchini. Ardhi zilizokuwa na udongo wa rutuba sasa zajikakamua bure bila kutoa mavuno ya kutosha. Nchi ambazo hazikuwa na makorongo sasa zina mito mikubwa.

Nchi zilizokuwa na majani mengi siku hizi ni haba, majani yana musimu. Wakadhalika sisi wenyewe japokuwa na wanyama wengi nao hututolea mbolea ya kutosha kurutubisha kwa kusamadi mashamba wengi wetu hatujui, na baadhi yetu twajipurukusha kwa uvivu. Hivyo kila tunapoona mashamba yetu hayatoi mavuno ya kutosha basi huanza kuhama sehemu hiyo na kuendelea mbele kila miaka kumi au kumi na tano. Ingawa tunao wanyama wengi walio dhaifu hatuwauzi mapema ili kupata fedha, bali twangoja mpaka wajifie wao wenyewe.

Hesabu iliyoonyeshwa katika orodha hiyo ni ile ya miaka 1940, 1948 na 1949 nayo ilichukuliwa ya Jimbo zima la kati, lakini hesabu ya 1958 na 1959 ni ya nchi za Ugogo tu peke yake - Dodoma, Mpwapwa/Kongwa na Manyoni. Ukitazama vema utaona kwamba wanyama katika nchi ya Ugogo huongezeka kwa mamia mengi kwa kila mwaka, hasa miaka za neema.

SURA YA 8.

HALI YA IKTISADI KATIKA NCHI ZA UGOGO.

Kama tujuavyo sote kwamba rasilmali ya nchi za Ugogo ni mifugo na ukulima, (kama tulivyosoma katika sura zilizotangulia) na ndivyo amali ya kutegemea. Mgogo asiyepata bahati ya vitu hivi huwa si mtu bora mbele ya matajiri wa nchi. Mtu wa hali hiyo mara nyingi sana hutangatanga huko na huko ili kutafuta kimojawapo cha vitu hivyo viwili, khususa ni chakula kwanza ama kimojawapo cho chote kile kiwezacho kumuauni katika shida yake hiyo.Yumkini mtu wa hali hiyo huwa hana raha kamili.

Ijapokuwa nchi ya Ugogo ni yenye kupata mara kwa mara njaa kwa sababu ya ukosefu wa mvua, lakini pana bahati katika miaka mingine Wagogo hupata mvua ya kutosha, nao hupata bahati ya kufanikiwa mavuno mengi na ya kutosha kabisa, lakini walio wengi hawajui jinsi ya kuhifadhi mazao yao majumbani kwa njia ya Iktisadi (wekevu). Mara nyingi chakula chao katika miaka ya neema, zaidi humalizia katika upikaji wa pombe. Hupenda kupika pombe mara kwa mara ya kujifurahisha tu wao wenyewe tu na majirani zao. Na mwaka unapofika huanza tena kupika pombe nyingi kwa ajili ya kusafishia mashamba yao, kupanda mbegu, kulimishia na kupalilia. Hapo mavuno yao huwa yamekwisha majumbani, hivyo huanza kuhemea tena kwa wenzao, nao kwa tamaa ya kupata wanyama ama fedha hutoa na kubadilishana chakula kwa mifugo. Hao nao wanapotanabahi chakula chao huwa kimekwisha majumbani vile vile. Watu hawa wote hutegemea mapato ya mazao yao toka shambani pindi wavunapo mavuno wanayolima. Kwa bahati mbaya pengine mvua hukoma kunyesha vema, mimea yao huharibika na jua wasipate mavuno ya kutosha ambayo huishia kwenye miezi za Julai, Agosti na Septemba. Hivyo wengi wao wasiokuwa na ng'ombe huanza kuhama nchini kukimbilia nchi za mbali; na wenye ng'ombe huanza kuuza mifugo wao huko mnadani, na wakati huo bei ya ng'ombe ama mbuzi na kondoo huwa imekwisha anguka kwa sababu ya njaa, maana wachuuzi huwa wamekwisha ng'amua kwamba wenye wanyama kwa vyo vyote watauza wanyama wao tu wakitaka wasitake kwa sababu ya njaa. Kwa sababu kama hawatauza wanyama wao watapata wapi fedha za kwenda kuhemelea watoto wao chakula ?

Inasikitisha sana kuona kwamba sisi Wagogo twapenda sana kutunza wanyama wetu wasife, wasipungue, bali twapenda sana kuona wanaoongezeka zaidi na zaidi kuliko kupunguza hata ng'ombe mmoja, isipokuwa kwa shida maalum. Mgogo apenda kuona ng'ombe akifa kwa njaa, kwa magonjwa kuliko kumchinja yeye mwenyewe akajifurahisha na watoto wake nyumbani. Hapendi kuuza wanyama kwa wingi wakati wanapokuwa wamenenepa ili ajipatie fedha za kutosha iwe akiba katika siku za mbele ikimpata shida, isipokuwa hungojea wakati wanapokuwa wamekwisha konda kwa njaa na kujifia ovyo ujusi! Na kupata bei hafifu. Mgogo hakubali kufuga fedha katika kanzi (Bank), hajatambua faida yake bado.

Jambo la kupunguza wanyama kungelileta faida maradufu nchini - (a) kungelihifadhi mmomonyoko wa udongo, (b) ng'ombe waliobaki wangelinenepa zaidi na kuwa na afya bora kuliko wanavyokuwa wakiwa wengi zaidi, (c) tukiwauza mapema tungepata fedha nyingi zaidi tukaweka katika Kanzi kwa ajili ya matumizi ya nyakati za shida, na kadhalika. ^{</13>}

Hii ndiyo shida iliyo kubwa katika nchi ya Ugogo ya ukosefu wa hali ya Iktisadi (Economics). Kwa ajili hii ndipo serikali ilipochukua hatua ya kuwalazimisha wenyeji raia kuweka akiba ya debe tatu tatu katika maghala ya vyakula vya tawala za wenyeji Ugogoni. Vile vile hulazimishwa tena kuweka madebe manane mengine nyumbani ndani ya kilindo bila kupungua. Watumishi wa serikali huingia ndani ya majumba ya raia kukagua kama kweli hesabu hiyo ya madebe hayo yamehifadhiwa sawa sawa, kama sivyo mtu yule hushtakiwa na kutozwa faini katika mabaraza ya wenyeji. Hili ni jambo la ajabu mojawapo ! mtu gani awezaye kuangaliliwa chakula chake nyumbani mwake na mtu mwingine ? Kama mtu mwingine asipomhimiza kujitunzia chakula chake mwenyewe atakitapanya, hili ni jema? Siafu na chungu hukusanya vyakula vyao wakaweka ghalani – wakapanga mafungu mawili cha kutumia na akiba ya wakati wa shida, sisi tunashindwaje hivyo? Mbona utunzaji wa wanyama mifugo tuwaerevu mno namna ya kuwalinda?

Jambo hili lingelitufaa Wagogo kwa sasa tuzitumie amali zetu kwa ajili ya faida ya Ugogo – tuuze wanyama wetu ingawa si wote, tuweke fedha katika Kanzi ya Posta, fedha hizo tungelisomeshea watoto wetu tena vya kutosha kabisa, fedha zetu tuzitumie kwa kustawisha nchi yetu kwa kazi za kilimo kilicho bora, na tupate mavuno mengi ya kutosha, na kuhifadhi udongo wa nchi usiharibiwe, kwani utajiri wa nchi yo yote hutegemea ardhi na inayotunzwa vema.

SURA YA 9.

MTAALA WA MASOMO NA DINI ZAO WAGOGO.

Nchi ya Ugogo ilikuwa nyuma sana kwa mambo ya elimu na maendeleo ya kisasa mpaka hivi karibuni tu. Hivyo ni kwa ajili ya ugumu wetu Wagogo, kwani walikuwa wagumu kwa kubadili tabia ya mila na desturi zao, kwa sababu hapana walichothamini zaidi Wagogo kuliko kufuata desturi ya kujipakaza udongo (Nghusi), ngoma zao ambazo ni za namna nyingi, na kuangalia mifugo wao tu kuliko kujali kitu cho chote kile kinachowakabili mbele uso wa maisha yao. Kitu hicho ndicho kilichonichelewesha hata mimi!

Kwa mara ya kwanza elimu katika nchi za Ugogo ililetwa na Wamisionari na kustawishwa nao. Asili yake hasa ni kuwafunza Wagogo na kuwatangazia dini ya Kikristo. Serikali ya Kidachi ilipata Maakida (Makarani wa kodi) wachache sana ambao walikuwa Wagogo, karibu wote walikuwa wa makabila mengine tu, nao ndio walioitamalaki Ugogo kwa kazi za kiserikali. Serikali ya Kidachi haikuwahi kujenga shule ya serikali katika nchi za Ugogo hivyo elimu ya mwanzo yumkini msingi wake ulikuwa ni Misioni tu.

Waingereza walipowashinda vita Wadachi na kutawala katika nchi hii, ilifanya jitihada kwamba baada ya miaka saba hivi waliweka shule ya watoto wa watemi (wakati huo wakiitwa majumbe chini ya Maakida) ambapo wakati huo walikuwa na utawala wa nchi ndogo ndogo. Shule hiyo ilileta msingi mwema mno kwa watoto wa watemi ambapo ilikusudiwa kuwa wajiweke tayari kupokea kazi za Maakida na kupata madaraka makuu katika nchi zao na kuanzisha hasa utawala wa wenyeji na Hazina zao. Baadhi yao waliwapokea utemi wazee wao baada ya kutoka masomoni.

Mtawala anapokuwa na elimu ya kutosha huwasukuma raia zake wafuate njia ya mwanga wa elimu bora na kuzidi kuitafuta elimu. Lakini bahati hiyo haikufanikiwa kamwe katika nchi yetu ya Ugogo, fanikio lake lilikuwa ni dogo sana. Badala ya kuendelea na masomo wengi wao walirudi majumbani na kujipaka udongo mwekundu vichwani (Nghusi); na baadhi ya watemi wenyewe wa Ugogo badala ya kuwapeleka watoto wao shuleni waliwapeleka watoto wa Wajoli zao, kusingizia kuwa ndio walikuwa ni watoto wao hasa kumbe sivyo. Hivyo msingi huo wa kusomesha watoto wa watemi ulishindwa katika kujengwa mnamo mwaka 1924 - 1928. Shule hiyo ilishikwa na Mwalimu Thomas Plantan.

Msingi wa pili ulianzishwa tena kati ya mwaka 1938 – 1945 walipokusanywa tena watoto wa watemi wa Ugogo kupelekwa Mpwapwa katika shule ya serikali. Jaribio hili la pili lilifaulu nusu yake si kama mwanzo, na matunda yake kwa uchache yanatumika mpaka sasa ingawa kwa uchache. [14]

Katika nchi ya Ugogo waliopata sifa ya kusoma zaidi ni watoto wa raia, khususa waliosoma shule za Misioni. Watoto hao wa raia ndio wenye hadhi ile ya kisomo kwa sifa; watoto wa watemi wana hadhi ya unasaba tu wa uungwana kwa kufuata ukoo ama jadi ya utawala, kwamba "Mtoto wa simba ni simba pia".

Ingawa nchi ya Ugogo ilikuwa nyuma sana kwa mambo ya elimu lakini sasa inajivuta mbele, na imeleta mafanikio mema nchini, na inshallah itafanikiwa. Shule nyingi za mwanzo zimekwisha jengwa Ugogoni, shule za kati hizi zimegawanyika katika kuendeshwa na Misioni, Serikali na Hazina za Wenyeji.

Falau kuwa Wagogo sasa wanaendelea na masomona maisha ambayo ni ya kisasa, lakini walio wengi sana bado wangali wanaishi katika hali ya maisha ya desturi za zamani. Katika hesabu ya Wagogo 300,000 kwa hivi sasa, hata nusu yake haijaufikia utashi wa ustaarabu wa leo, lakini robo moja imefikia. Waliobaki ni kuchunga na kucheza mchezo ule wa Nindo tu. Mara nyingi watu wengine wa Ulaya huja kwetu kutuona na huchukua picha za jinsi tulivyo na kupeleka makwao kuonyesha ukinyago wetu wa "Nghusi". Lililobaki ni kubadili tabia yetu hii na kufuata maendeleo ya kisasa yenye mwanga. Ulimwengu unavyozidi kusonga mbele na wanadamu ndivyo hivyo inavyowapasa kubadili mwenendo wa mila ama desturi zao zisizofaa ili kulinganisha na hali ya maisha ya karine hiyo waliyo nayo. Mshairi mmoja wa Kiswahili alisema:

"U K A I D I"

"1. Nashikilia ukale, ambao hapana budi,

Na huacha vile vile, iwapo haunifidi,

Nitabadili milele, siwezi kuwa abidi,

    Wa kuzuia kusudi, na kutenda yale yale.

"2. Mungu huyafurahia, mabadiliko ya sudi,

Namna yakipepea, mapambo yake idadi,

Tofauti ya madoa, na ya umbo makusudi,

    Mwendo mmoja abadi, uzembe kushikilia.

"3. Ukale wahesabiwa, kila kitu kina jadi,

Ila ungeshikiliwa, marembo yasingezidi,

Dunia ingechelewa, na magunduzi zaidi,

    Kwa dhara na ukaidi, kale upya huzuia.

"4. Kale sina huba nayo, nawaachia wakaidi,

Na watu wenye mioyo, yenye hasira hadidi,

Kupinga mambo yajayo, na kujidai weledi,

    Nami naridhi fuadi, wao washike yao.

"5. Sioni kwamba muhali, katika kale kurudi,

Ikiwa neno kamili, la wema na malidadi,

Kwa neno la uaili, sirudi kamwe sirudi,

    Hapana shaka weledi, hii ni rai halali.

"6. Kwa pingu za kawaida, sitajifunga kusudi,

Kila sheria kwa muda, na wishapo hairudi,

Pingu hazina faida zinazopinga kuhidi,

    Kwa watu wajitahidi, wala hiyo siyo ada."

Ifuatayo hapa chini ni hesabu niliyopata toka kwa viongozi wa dini za madhehebu mbalimbali, yaani Wagogo waliofuata dini ambazo kwazo ndizo zilizoleta msingi wa ustaarabu nchini na maendeleo ya kisasa. Hesabu hiyo ilichukuliwa mnamo mwaka 1957. Nayo ni hii:-

1. Wagogo Wakristo wa Makanisa ya Kiprotestanti: 24,891

2. Wagogo Wakristo wa Kanisa la Katoliki: 21,550

3. Wagogo Islam wa madhehebu zote: 1,500

4. Wagogo walioacha desturi za kimila bali hawana dini: 900

Jumla yao : 48,841

Hesabu hiyo kwa Waprotestant nilipewa na Archdeacon F. Chidosa, Wakatoliki na Padri Benedicto wa Dodoma. Islam kwa Masheikh wa miji za Ugogo *** hesabu hiyo yatubainishia ya kwamba Wagogo walio bado kuudara ustarabu *** ni wengi zaidi ya waliokwisha ugusa ustaarabu huo na maendeleo ya kisasa. </15>

Katika nchi za Ugogo watawala wengi hawana dini ya kisasa bali wanafuata dini za kikale ambazo ni za mizimu. (Nikisema watawala maana yake ni watemi, wapembamoto, wazengamatumbi na wafuasi wao). Watu hawa hawachukii dini hizi za Kikristo wala za Kiislamu, lakini mila na desturi za kabila lao ndilo lenye nguvu mno kwao, na huogopa kabisa kuacha ingawa wanajali pia dini hizi mpya (ingawa si wote). Watawala hawa wamesaidia sana kazi za Misioni na Uisilamu (ingawa wao hawamo). Siku hizi watoto wao wameanza kuingia katika dini hizi mpya, nao hawakatazwi na wazee wao.

Kwa hivi sasa kipimo cha maendeleo ya ustaarabu wa kisasa umeanza kwa nguvu sana na tamaa kuu – tangu watawala hata raia ili kukimbilia hatua ya wale waliotangulia ili waende kuwa safu moja.

SURA YA 10.
ITIKADI YA MTUNGAJI WA KITABU HIKI NA NCHI YA UGOGO.

Huluka ya mtu ye yote hutokana na umbile maalum la mtu tangu kuzaliwa. Mtungaji wa kitabu hiki ingawa hana elimu ya kutosha na sifa kama wale waliojaliwa kupata kisomo chema, na ingawaje hana nasaba ya utemi wa nchi, lakini ana imani kuu na nchi yake ya Ugogo kwa jumla. Pia ingawa Wagogo wengi hawajui ni nini alichokitenda cha kuifadhili Ugogo, lakini kuna baadhi yao hawakosi kukumbuka shughuli ngapi alizozifanya tangu 1936.

Baada ya kuizunguka Ugogo kwa muda wa miaka kumi hivi akitenda kazi mbalimbali za kuifaa Ugogo, mwisho aliangukia katika tuhuma na zahama kuu mno la kufanya kazi ya kuponyesha watu njaa kuu, kati ya mwaka 1946/1947. Ijapokuwa alikuwa na kazi yake makhsusi ya kutoza kodi katika wilaya ya Manyoni, lakini Bwana A. G. Stephen, Bwana Shauri wa Manyoni alimuweka ili asaidie kazi ya kuponyesha Wagogo wenzake njaa kwa kuwagawia chakula pale Muhalala, kwenye maili sita toka Manyoni Bomani. Dhahiri lilijengwa ghala kubwa la kupokea vyakula na kugawiwa bure kwa raia. Vyakula vingi vililetwa kwa gharama ya Hazina ya Wenyeji Manyoni. Vyakula hivyo vililetwa toka Singida kwa Bwana Kikkides (Singiramba Trading Co.) na mahindi ya manjano ama mekundu yaliletwa kutoka Amerika ya kusini. Watu wengi walifika au kuletwa toka sehemu ya unyangwira na penginepo walihamishwa na serikali kabisa ili waje pale Muhalala kuponyeshwa njaa kuu ya Lihambaya. Wahamiaji hao walikatiwa eka kumi kumi ili walime, nao walipewa chakula bure mpaka kupona. Sehemu waliyopewa kulima ilikuwa katika eneo la fyeka iliyofyekwa na Idara ya Ndorobo.

Kazi hii ilikuwa kubwa kwake, kwani watu wengi kwa maelfu mengi walimwendea kila siku kupata chakula - baadhi yao walipewa madebe, vibaba ama marobota kwa kufuata maagizo ya Bwana Shauri. Ama hakika adui wa binadamu ni njaa, ndio maana waswahili husema "Adui yako mwombee njaa, hapo umemshinda". Mtungaji huyu aliletewa sururu, mitalimbo, chano na koleo toka Bomani kwa ajili ya kuchimbia makaburi wazi, tayari kwa kuzikia watu wafao kwa njaa. Hakika walikuwa wakifa sana kwa ajili ya njaa.Vifo vya watu vilikuwa karibu kila siku. Idara ya utabibu ilileta Dresa ili kuwapa msaada wagonjwa wa njaa kuwapa dawa, hasa wale waliovimba miguu sababu ya njaa. Ugonjwa huo uliitwa "Beriberi ". Na wengine waliugua matumbo ya kuharisha wanapokula kwa pupa, maana wengine hawakuhitaji kupika ugali bali walipika kande tu, hivyo walidhurika mara kwa mara. Kazi hii ya kuwapa chakula ilifuata orodha ya majina yao yaliyokuwa yameandikwa ndani ya daftari ili kulinda uchukuaji wa fujo. Kila mtu aliwekewa tarehe ya kuchukua na kiasi chake, mwenye watoto na mke, na wasiokuwa nao vipimo mbalimbali. Kazi zote zilimpasa ugawaji wa vyakula na uzikaji wa wafu kila siku. Kazi hiyo ilikuwa ya moyo wa ustahamilivu sana na ujasiri. Kwa utulivu na upenda kabila lake aliwaponya kwa moyo wa subira na mbawazi hadi watu walifikia siku za kupata mavuno yao.

Kazi hii ilipomalizika mara hiyo Bwana D.A. Pionaar, Bwana wa Idara ya Ndorobo alimuomba Bwana Shauri ili kupata msaada wa mtungaji huyu kwa kazi yake ya Ndorobo amfanye karani wake wa muda, kwani karani wake alisema hakuweza kufaa pia hakusikilizana na Wagogo wafyekaji. Kazi hiyo pia ilikuwa ya ukubalio kwa sababu ya kutaka kuhamisha mbung'o waliodhuru wanyama katika Ugogo wa Manyoni, kadhalika mtungaji huyu alifurahi kupata nafasi ya kuwasaidia ndugu zake, maana aliwaonea huruma mno jinsi walivyokuwa wakitandikwa viboko mara kwa mara na Bwana Ndorobo kwa ajili ya kutosikilizana *** tabia na vikwazo vinginevyo vidogo vidogo visivyo na maana.Huo **** mwaka 1947. </16>

Matajiri wote wa wanyama toka wilaya ya Manyoni, Dodoma na penginepo kila utemi walipelekwa matajiri hao huko Makasuku ambako ilikuwako fyeka hiyo. Matajiri hao walikuwa zaidi ya elfu tatu hivi. Uandikaji wa daftari ya majina na vipande vyao kila siku ilikuwa ndio kazi ya mtungaji huyu kubwa. Kadhalika kulikuwa na vitu vinginevyo ambavyo vilihitaji kuwekwa tayari : hesabu ya vibaba vya posho, nyama, viazi, maharagwe, sukari, karanga na mafuta vile vile chumvi vilihitajiwa kuwekwa tayari kabla ya wafanya kazi kurudi toka porini wanakofyeka. Na mara kwa mara alihitajiwa kufika porini na vipande vya wafanya kazi kwa ukaguzi kama wote walikuwako kazini ama wengine walikuwa wamejificha kulala usingizi, kwani vipande viliitwa kwa kila mtu alipewa cheti chake kazini kama yupo na kurudishwa tena ili kuhakikisha tu kama kweli wote wapo. Baada ya hayo ilimpasa kurudi kambini upesi tena kwa ajili ya kutengeneza Hati za Malipo (Payment vouchers) kwa wale waliokwisha funga siku zao. Kwa bahati mbaya Afisa wa Ndorobo aliugua sana hata ilimpasa kupelekwa Dodoma mpaka Hospitali ya Wazungu Dar es Salaam. Ingawa alibaki peke yake kwa muda zaidi ya mwezi moja, lakini kazi zote zilikwenda sawasawa. Wagogo hapo hawakunyanyaswa, kwani "Damu ni nzito kuliko maji". Kazi hazikuharibika mpaka Afisa wake aliporudi toka Hospitali.

Nyakati za kuizunguka sehemu zote za Ugogo, fikira zake zilinasa jambo moja nalo ni kuwatungia ndugu zake kitabu cha Historia. Kitabu hicho ndicho kile cha "HISTORIA, MILA NA DESTURI

ZA WAGOGO", kwa itikadi ya moyo wa kupenda nchi yake. Punde si punde alianzisha gazeti jipya kwa ajili ya Ugogo yote nzima. Gazeti hilo lilianzishwa naye katika mwezi Septemba, 1952 nalo lilipewa jina la "WELA", maana yake "Kumekucha". Si hayo tu kisha alianzisha Maktaba pale Hazina, nayo yaliitwa N.A. Library (chumba cha vitabu vya kujisomea) na shule ya watu wazima kujifunza kiingereza katika maktaba hayo, na kadhalika.

(b) Kusaidia Watemi kwa kazi za ufunguzi wa Mabaraza yao n. k.

Jambo jingine la kukumbukwa na Watemi ni lile la kuwasaidia sana katika shughuli za kufungua mabaraza, shule na mengineyo kadha wa kadha. Watemi walikuwa na imani kwa raia huyu labda ni kwa sababu ya kuona shughuli nyingi alizofanya na utii wake, uhakika hapa haupo, labda walimwamini tu. Watemi walipenda sana hotuba zao za makusudio yao kwa kila hali zitungwe na mtungaji huyu. Alizitunga na kusoma vile vile mbele ya hadhara ya watu waliohudhuria sherhe hiyo. Hivyo hotuba hizo ndizo zilizokuwa za kwanza kabla ya Bwana P.C., D.C. ama Afisa ye yote aliyekaribishwa kwa madhumuni ya ufunguzi huo. Tamanio hilo la hotuba za mwandishi huyu lilikuwa kwa watemi wengi, mwisho ikawa kama ni kawaida, iwapo mtungaji huyu hakufika katika tamasha hilo hawakuwa na ridhaa wenyeji wa sehemu hiyo kama ukamili. Baadhi ya mabaraza aliyoyatungia na kuyahotubia kwa niaba ya wenyeji ni haya yafuatayo:-

1. NONDWA: Ilikuwa tarehe 24/4/1949, alihotubu wakati wa kufunguliwa Vilindo vya Nondwa na nyumba za watumishi. Majengo hayo yalifunguliwa na Bwana W. A. Forbes, Bwana Shauri Mkubwa wa Dodoma. Aliofuatana nao walikuwa watemi wa Sukumaland na wenyeji:-

1. Bwana Shamba wa Shinyanga, Lake Province.

2. Mtemi Majebere Masanja, wa Mwagala, Maswa.

3. Mtemi Shoka Luhende, Buduhe, Shinyanga.

4. Mtemi Ndaturu Mwanilanga, Ntuzu, Maswa.

5. Mtemi Kapongo Mgema II, wa Nassa, Mwanza.

6. Mtemi Charles Ludomia, Busambiro, Geita (Mwanza).

7. Mtemi Mpuya Sama, wa Buhungukira, Bukwimba.

8. Mtemi Meshack Nkusule, wa Kikombo, Dodoma.

9. Wakili Hatibu Ahmed wa Nala, Dodoma.

10. Wakili Mombo Chikwankala wa Nondwa, Dodoma.

Watemi hawa wa Usukuma walikuja kwa ajili ya kuitembelea wilaya ya Dodoma, kwa ajili ya kuchungua ujenzi wa maghala ya wenyeji na kupeleleza faida na sababu za Ushuru wa Kodi za ng'ombe zilizoanzishwa katika Ugogo.

2. KIKOMBO: Tarehe 18 Februari, 1950 ilikuwa ni siku ya kufungua Baraza la Kikombo, Primary School pia na kutawalishwa Mtemi Meshack Nkusule kutoka katika cheo cha Wakili kupata kuwa Mtemi Kamili. Baada ya hotuba ya Bwana Mtungaji huyu hotuba iliyofuata ilikuwa ya Bwana T. O. Pike, P.C. wa Jimbo la Kati aliyefungua majengo hayo na kumpa Wakili Meshack daraja ya kuwa Mtemi kabisa. Waliohudhuria katika sherehe hiyo walikuwa ni:- </17>

1.Bwana John V. Shaw, District Commissioner, Dodoma.

2.Agricultural Officer, wa Dodoma

3.Veterinary Officer, wa Dodoma.

4.Bwana G. A. Pearson, D.C.T. School Supervisor, Mvumi, Dodoma.

5.Mtemi Ndumla Shosho, wa Chilonwa, Dodoma.

6.Mtemi Meshack Nkusule, wa Kikombo, Dodoma.

3. MKUTANO MKUU WA MWAKA WA WATEMI WOTE WA UGOGO - DODOMA, MPWAPWA NA MANYONI.

Hotuba njema ilitolewa katika hadhara hiyo ya kufungua mkutano mkuu huo wa mwaka kwa watemi wote wa gogo kwa wilaya 4- Dodoma, Mpwapwa, Kongwa, na Manyoni. Mwandikaji wa kitabu hiki alisimama kuhotubu kwa niaba ya Mtemi Mazengo Chalula K. M. na kumkaribisha Bwana R. De Z. Hall, Member for Local Government, ambaye ndiye aliyeufungua mkutano huo tarehe 8 Septemba, 1951. Na waliohudhuria walikuwa ni:

1.R. De Z. Hall, Member for Local Government, Dar es Salaam.

2.Bwana L. M. Heaney, Provincial Commissioner, C. P. Dodoma.

3.Bwana J. T. A. Pearce, District Commissioner, Dodoma.

4.Bwana F. H. Jackson, District Commissioner, Manyoni.

5.Bwana A. F. Gilles, District Commissioner, Kongwa.

6.Bwana J. M. Sword, District Officer I, wa Dodoma.

7.Watemi wote wa nyilaya 4 na madiwani wao.

8.Bwana A. M. Kanyamala, N. A. Secretary, Mpwapwa.

4. KINYAMBWA. Baraza la Chipanga, Kinyambwa lilifunguliwa tarehe 22/11/1951 na Bwana L. M. Heaney, Proincial Commissioner wa Jimbo la Kati. Hotuba ilitolewa mbele ya mtungaji

huyu halafu Bwana P.C. mwenyewe. Waliohudhuria walikuwa:-

1.Bwana L.M. Heaney, Provincial Commissioner, Central Province.

2.Bwana J.T.A Pearce, District Commissioner, Dodoma.

3.Bwana A.P.H. Lousada, District Officer, II, Dodoma.

4.Wakili Bakari Mwinyikambi, Bahi, Dodoma.

5.Wakila Daudi Maganga, Kinyambwa, Dodoma.

6.Wakili Mombo Chikwankala, Nondwa.

7.Mpembamoto Mzola wa Nkong'ontha kwa niaba ya Mtemi Mazengo.

8.Wazee na madiwani wa Ushirika wa Magharibi.

5. MUNDEMU(MAKUTUPORA). Hotuba zilifuata kama kawaida ya siku zote. Baraza hili lilifunguliwa na L. M. Heaney, P. C. wa Jimbo la Kati. Mtungaji wa habari hizi aliombwa atangulie mbele kutengeneza mipango kwa ukamilifu. Alikwenda kabla ya siku yenyewe ya kulifungua Baraza. Ufunguzi huo ulikuwa pamoja na Primary School, Mundemu, na siku yenyewe ilikuwa tarehe 15/1/52. Na wafuatao walihudhuria:-

1.Bwana L. M. Heaney, P.C. wa Jimbo la Kati.

2.Bwana J.T.A Pearce, District Commissioner, Dodoma.

3.M.J. Sadler, District Officer, III, Dodoma.

4.Wakili Petro Twaja wa Hombolo, Dodoma.

5.Mtemi Edward Palingo, wa Makutupora-Mundemu, Dodoma.

6. LUATU: Ufunguzi kama kawaida. Baraza hili lilifunguliwa na Bwana D.C. tu Bwana J.A.T. Pearce wa Dodoma tarehe 21/7/1952. Na wafuatao walihudhuria:-

1.Bwana J.T.A Pearce, District Comissioner, Dodoma.

2.Bwana J.T.T.R Gollop, District Officer I, Dodoma.

3.Bwana Mtemi Luwao Kusenta, wa Matumbulu Dodoma.

4.Bwana Mtemi Sperenge Ndoje, Mwitikira, Dodoma.

5.Bwana Mtemi Nolo Kusila wa Luatu, Dodoma.

7. CHILONWA: Mwandishi huyu aliombwa atangulie mbele kabla ya siku yenyewe. Baraza na shule zilifunguliwa pamoja na Bwana P.C. J.E.S. Griffiths, Makamu wa P.C. wa Jimbo la Kati. Hotuba zilifuata mstari wa kawaida. Hotuba ya

kwanza na ya pili zote zilitaja sherehe ya ufunguzi wa Baraza na kumvua joho la Uwakili Ndumla na kumpa daraja ya Utemi. Ilikuwa tarehe 2/9/1952. Na wafuatao walihudhuria katika sherehe hiyo: [18]

1.J.E.S. Griffiths, Ag.P.C. Central Province, Dodoma.

2.Bwana J.T.A. Pearce, District Commissioner, Dodoma.

3.Mtemi Meshack Nkusule, Kikombo, Dodoma.

4.Mtemi Edward Palingo, Makutupora (Mundemu), Dodoma.

5.Wakili Petro Twaja, Hombolo, Dodoma.

6.Wapembamoto, Madiwani na wazee wa nchi za watemi hao.

7.Mtemi Ndumula Shosho, Chilonwa, Dodoma.

8. MKUTANO MKUU WA MWAKA WA WATEMI WOTE WA UGOGO

Mkutano huu ulifunguliwa kwa fani ile ile ya mwaka kama uliopita. Mkutano huo ulifungiliwa na Bwana J.E.S. Griffiths, Makamu wa P.C. wa Jimbo la Kati. Nao ulikuwa tarehe 8 Septemba, 1952. Na waliohudhuria ni:-

1.Bwana J.E.S. Griffiths, Ag.P.C. Central Province, Dodoma.

2.Bwana J.T.A. Pearce, District Commissioner, Dodoma.

3.Bwana M.J.S. Newman, District Commissioner, Mpwapwa.

4.Watemi wote wa wilaya 4 za Ugogo na Madiwani wao.

9.   KUTAWALISHWA   MTEMI   MPYA KINYAMBWA 7/6/1957

Hotuba ndefu kuhusu Historia ya Kinyambwa ilitolewa na kusomwa na Mtungaji huyu. Alitangulia mbele ya siku moja wakifuatana na Mtemi Mazengo Chalula ili kutengeneza mambo yote. Mtemi Magaga II (Mlambalazi Makasi) alitawalishwa na Bwana D.C. wa Dodoma A.G. Stephen. Baada ya uchaguzi wa Mtemi sherehe zilifanywa tangu saa 8 mchana. Wafuatao walihudhuria hapo:

1.Bwana   A.G.   Stephen,   District Commissioner, Dodoma.

2.Bwana G.G. Percy, District Officer I, Dodoma

3.Metmi Mazengo Chalula, K. M. Mvumi, Dodoma.

4.Wakili Daudi Maganga wa Kinyambwa, Dodoma.

5.Mtemi Magaga II (Mpya) wa Kinyambwa, Dodoma.

6.Bwana A.J. Maskini, N. A. Secretary & Treasurer, Dodoma.

10. DODOMA MAKULU 15/11/57.

Bwana huyu mtungaji wa kitabu hiki alitangulia mbele ya siku moja. Hotuba zilifuata namna ile ile ya siku zote. Baraza lilifunguliwa na Bwana P.C. wa Jimbo la Kati C. F. Cadiz, saa 8 mchana tarehe 15/11/57. Na wafuatao ndio waliohudhuria:-

1.Bwana C.F. Cadiz, Provincial Commissioner, C.P. Dodoma.

2.Bwana A. G. Stephen, District Commissioner, Dodoma.

3.Bwana J. Maxwell, District Officer II, Dodoma.

4.Mtemi Mazengo Chalula, KM. wa Mvumi, Dodoma.

5.Mtemi Luwao Kusenta, wa Matumbulu Dodoma.

6.Mtemi Meshack Nkusule, Q.M. Kikombo, Dodoma.

7.Mtemi Ndumula Shosho wa Chilonwa, Dodoma.

8.Mtemi Edward Palingo wa Makutupora, Dodoma.

9.Mtemi Tuppa Makunzo wa Bahi, Dodoma.

10.Mtemi Ngalya Biringi wa Dodoma Makulu, Dodoma.

11.Liwali Salum Saidi Mweran, Liwali wa Mji wa Dodoma.

12.Hakimu Bakari Mwinyikambi wa Hazina ya Wenyeji Dodoma.

13. Wapembamoto, Madiwani na wafuasi wao.

11. MAKANG'WA 23/5/1958

Baraza hili lilifunguliwa na P.C. wa Jimbo la Kati P.H. Johnston. Hotuba za ufunguzi zilikuwa kama desturi. Bwana mtungaji wa habari hizi alitangulia kwenda Makang'wa asubuhi ya 22/5/1958 ili kutengeneza mipango kwa niaba ya Mtemi Chikoti wa Makang'wa. Na wafuatao walikuwa katika sherehe hiyo ndio waliohudhuria:-

1.Bwana P.H. Johnston, Provincial Comissioner, C.P., Dodoma.

2.Bwana A.G. Stephen, District Comissioner, Dodoma (huku akiaga)

3.Bwana I.B. Aers, District Commissioner, Dodoma (mgeni aingia)

4.Bwana Mtemi Mazengo Chalula, K.M. wa Mvumi, Dodoma.

5.Bwana Mtemi Luwao Kusenta, Matumbulu, Dodoma.

6.Bwana Mtemi Meshack Ndoje, Mwitikira, Dodoma.

7.Bwana Mtemi Chikoti Tuppa, wa Makang'wa, Dodoma.

8.Wapembamoto wa Halmashauri ya Ugogo.

</19>

12. KUTAWALISHA MTEMI MPYA NONDWA 29/8/1958

Mtemi Leo Namba bini Mgogo alitawalishwa na Bwana I.B. Aers, Bwana D.C. wa Dodoma kwa kufuata uchaguzi wa wenyeji. Mtungaji wa kitabu hiki alihotubu mbele ya hadhara akifuata Historia ya nchi ya Nondwa tangu kale. Kwa kufuata historia hiyo Mtemi mpya alipewa jina la Magomba II ambalo ni jina la mtawala mkuu wa zamani wa kabila hilo la Wahiru. Hotuba ya Bwana Aers baada ya kutoa mawaidha alimpa pongezi Mtemi Magomba II na kumkalisha kitini. Hawakuhudhuria watu wengi maarufu kama kawaida, lakini Mtemi

Magaga wa Kinyambwa alikuja baada ya kutawalishwa. Ilikuwako Bendi mashuhuri ya shule aliyosoma yeye Mtemi huyo ya Middle School, Bihawana. Wakili Mombo Chikwankala na Wazengatumbi na Wapembamoto walikuwako.

13. KUUNGULIWA BARAZA LA MWITIKIRA 30/10/1958

Kabla ya siku yenyewe Bwana Mnyampala alitangulia kutengeneza mipango kama alivyotakiwa na Mtemi Meshack wa Mwitikira. Tarehe 30/10/1958 Bwana P.C. P.H. Johnston na Bwana I.B. Aers, D.C. wa Dodoma walifika kwa ajili ya sherehe hiyo ya kufunguliwa Baraza. Mambo yalikuwa makubwa, hotuba zilifuata kama desturi ilivyo. Na wafuatao walihudhuria:-

1.Bwana P.H. Johnson, Provincial Commissioner, Central Province, Dodoma.

2.Bwana I.B. Aers, District Commissioner, Dodoma.

3.Bwana B.B. Hall, District Assistant, Dodoma.

4.Mtemi Mazengo Chalula, K.M. wa Mvumi, Dodoma.

5.Mtemi Chikoti Tuppa, wa Makang'wa, Dodoma.

6.Mpenbamoto Mtalima badala ya Mtemi Nolo wa Luatu, Dodoma.

7.Mtemi Meshack Ndoje, wa Mwitikira, Dodoma.

8.Wapembamoto na Madiwani wa Ugogo Council.

Yakini hotuba zote hizo zilitolewa kwa lugha ya Kiswahili na kutafsiriwa na Tarishi Molwa Makasi, Tarishi Mkuu wa Bwana D.C. Nazo zilikuwa na maana ya kuitakia kheri, maendeleo na ustawi mwema Ugogo, nazo zilitaja pia historia za mabaraza hayo tangu zamani zake. Shuguli zote hizi nilizifanya wakati nilipokuwa karani wa kodi Bomani, karani wa Hazina, karani wa Idara ya Ustawisho wa Maji Dodoma hata nilipokuwa karani wa Idara ya Kilimo Dodoma.

Si kazi hizo tu nilizosaidia katika kuishughulikia nchi ya Ugogo. Pia wataalamu mbalimbali wa nchi za Ulaya na kwingineko ambao waliweza kupata msaada za kila namna, nazo zilihusu mambo mengi yaliyo mororo kuhusu nchi ya Ugogo. Mabwana Shauri wengi walitupa maswali yao kwangu ili kuwatambulisha mambo mengi mbalimbali. Katika wataalamu wa sehemu za Ulaya kama vile Dr. Paul Julien, President of Netherlands, Anthropological Society wa Wassenaar, Holland, alipokuwa anatunga kitabu chake kuhusu makabila yaliyomo katika Afrika yenye desturi za kutahiri watoto wao na maadhimisho ya tohara. Mtaalamu huyu alinishughulisha sana kwa kutaka melezo ya namna nyingi, na mara nyingi kwa niaba ya Ugogo. Hayo hayo yaliambukiza na kumvuta mtaalamu mwingine kuandikiana, kama vile mtaalamu Dr. H.P. Blok, wa Willem, de Zwijgerlaaan 18, Oegstgeest, Holland wa Chuo Kikuu cha University of Leiden. Wataalamu hawa waliweza kufaulu mambo yao mengi kwa jitihada ya mtungaji huyu kwa ajili ya nchi ya Ugogo.

Pia katika nchi ya Tanganyika kuna Idara ya Mambo ya Kale, iliyoko Bagamoyo. Bwana Shauri wa Dodoma ndiye aliyenipambanisha na Bwana H.N. Chittick Conservator of Antiquities. Mtungaji huyu alijitahidi kwa kila njia kumsaidia Afisa huyo ili afaulu katika mahitaji yake kuhusu upelelezi wa Wagogo wa Kale waitwao " Wayenzere" na "Wabambali", na vifaa vyao walivyokuwa wakitumia hapo zamani za nyakati zao, sehemu za mahame yao na alama zao, na kadhalika.

Maafisa wengi wa Idara mbalimbali walipata misaada mbalimbali kwa mas'ala ya nchi ya Ugogo yumkini kutokana na mtungaji huyu. hasa wa Idara ya Utawala. Maneno hayo si ya kujinaki ni yenye shughuli hasa. Ingawa nilipambana wataalamu hao mbalimbali aliyewaongoza na kuwajulisha shughuli zangu ni Ma-D.C. wa Ugogo.

Hii ndiyo itikadi ya mtungaji huyu katika kupigania nchi yake ya Ugogo ingawa hana elimu ya kutosha kama walivyo Wagogo wengine waliofanikiwa. </20>

SURA YA 11.

MAONGOZI YA SERIKALI KUU NA YA WENYEJI KATIKA UGOGO.

Jambo la kukumbukwa zaidi ni hili la jitihada za serikali kuu na ya utawala wa wenyeji kwa kuishughulikia Ugogo. Yumkini serikali mbili hizi zimekuwa na juhudi kubwa kwa kazi ya kustawisha nchi ya Ugogo ingawaje maendeleo yenyewe hayajawa mema zaidi.

Hapo mwanzo kabla ya kuwekwa mabaraza ya wenyeji serikali kuu ilifikiria kuwapa watawala wenyeji mamlaka ya kuhukumu watu wa wenyewe, wakajengewa mabaraza na Hazina zao. Ingawa ni hivyo, watemi walifundishwa jinsi ya kuitawala nchi yao, hata nao waliweza kidogo kidogo kutambua namna ya kukata mashauri kwa njia ya kuandikishwa vitabuni, kwa kufuata utaratibu wa kisasa. Sheria zote za mabaraza ya wenyeji zililindwa na serikali kuu. Desturi na Mila zilitumiwa mabarazani, lakini ni zile tu zilizokuwa zimekubaliwa na serikali kuu, ambazo si za hatari. Miaka mingi zilipita ilikuwa watawala na Mabwana Shauri wa serikali kuu walikiunda sheria ambazo zilikuwa zikitumika nchini. Waliimarisha Mila na Desturi zinazofaa, na nyinginezo zilifutwa. Halmashauri hiyo ya watemi na Mabwana Shauri, wakati huo Bwana Shauri alikuwa ndiye mwenyekiti, na baraza hilo liliitwa " The Chiefs'Council". Baraza hilo ndilo lililotenda kazi nyingi zile za mwanzo mwanzo, kama vile kujenga baadhi ya masoko, Hospitali ndogo za wenyeji, maghala ya vyakula, shule za daraja la mwanzo, kodi na kadhalika. Baada ya hapo mwenyekiti ikawa mmoja wa watemi wa kila wilaya. Baraza hilo liliendelea na kazi njema, kodi za mifugo ili kuongeza mapato ya Hazina na mengineyo.

Baada ya kutunga au kutengeneza utaratibu huo kufuata kila wilaya katika nchi ya Ugogo, lakini mwisho walishauriana watemi wote wa Ugogo kuwa na baraza au mkutano wao mkuu kwa kushauriana yapi yangetakiwa kufanywa katika Ugogo ili ipate nchi maendeleo mema. Muungano huo ulianza mwaka 1937, ingawa haukufaulu lakini ulikuja kamilika 1950. Baada ya mkutano huo kila wilaya ilionelea kuwa vema wachaguliwe madiwani wa kuwatetea raia. Madiwani walichaguliwa na watemi wenyenwe. Madiwani hao walikuwa upande wa raia, nao waliingia katika mkutano huo.

Mnamo mwaka 1951 katika wilaya ya Dodoma, Bwana J.A.T. Pearce, Bwana Shauri Mkuu wa Dodoma alikata shauri pamoja na watemi la kuweka Halmashauri kuu ya wilaya baada ya Halmashauri ndogo ndogo za utemini. Halmashauri Kuu hiyo ilifunguliwa tarehe 9 Februari, 1953, nayo iliitwa "The Dodoma District Council". Halmashauri hiyo ilikuwa na madiwani waliochaguliwa na watu wenyewe toka kila baraza kwa kura zisizokuwa za siri. Hapo ikawa raia wamepata sauti ya kusema katika mkutano kwa maoni ya uhuru.

Maendeleo ya Halmashauri ya zamani yalifikiriwa na watu wenye busara kuwa hayakuwa na nguvu, kwani wakati umefika wa kubadilisha sheria za uchaguzi wa wajumbe wa Baraza la Ugogo wa Dodoma. Watu hakika hawakuwa na imani ya uchaguzi wa namna ya zamani wa kunyosha mikono, hivyo badala yake ikatakiwa kuwa bora zitungwe sheria mpya mahsusi kuhusu uchaguzi wa kura za siri hasa.

Katika mkutano mkuu wa Dodoma District Coucil uliokuwako tarehe 31/8/1959 – 2/9/1959, Taarifa N° 29/59 Halmashauri iliwachagua wajumbe sita kwa kazi ya kutunga sheria za uchaguzi mpya katika mwaka 1960. Hivyo Kamiti hiyo ya kutunga sheria hizo iliendeshwa na mabwana wafuatao baada ya kuchaguliwa:-

1.Bwana Mathias E. Mnyampala- Mwenyekiti,

2.Bwana Job P. Lusinde – Mwandishi,

3.Bwana A.N. Mwaluko – Halmashauri,

4.Bwana Kefa Malecela – Halmashauri,

5.Bwana Gideon A. Mwaka – Halmashauri na

6.Bwana Benedicto L. Msumba – Halmashauri.

Jina la "The Dodoma District Council" lilifutwa na kuandikwa jina la "The Dodoma Ugogo Suprime Council"[17]. Sheria hizo zilikamilika na kusahihishwa mbele ya Halmashauri Kuu tarehe 25/2/1960, na kupitishwa, nazo zilikubaliwa na serikali kuu, na uchaguzi wa kura za siri ukafanywa 1960.[/21]

Ama kweli Halmashauri hizo za Ugogo tangu zilipoanza kazi zake katika Ugogo zimeshughulika sana kwa kujadili mambo mengi ya matengenezo na ustawisho wa hali mbalimbali ya nchi, na kuishauri serikali kuu ikubali mipango zake zinazotakiwa kutendwa nchini. Baadhi ya kazi zilizofanywa ni kujengesha mabaraza ya wenyeji upya kwa namna iliyo bora zaidi, Hospitali zilizo bora zaidi, na vituo vya afya na kuzalishia wenye mimba, kadhalika shule za daraja la kwanza kwa wingi na daraja la shule za kati ambazo zilikuwa hazikujengwa hapo mbele nchini. Kazi zote hizi zimefanywa kwa shirika baina ya Misioni za madhehebi zote, Hazina na serikali kuu, kwa ushauriano wa Halmashauri na kujadili zipi sehemu ambazo zilifaa kujengwa ili mipango zake zifaulu vema.

Serikali kuu imefanya juhudi pia kuondoa shida zinazoikabili Ugogo kwa njia mbali mbali. Idara ya Ustawisho wa Maji imetujengea Mabwawa, kama vile Bwawa la Ikowa, Hombolo, Chamwali, Nondwa, Nanda na penginepo pengi ambamo bado kazi zinaendeshwa kuondoa shida hii.

Ugogo ilikuwa hakika ni nchi kame. Ilikuwa vigumu sana kupata chakula kibichi ama mboga za kizungu katika nyakati za kiangazi zilizo mbichi, lakini sasa Idara ya Zaraa (Kilimo) imeanzisha mashamba ya kulima nyakati za masika na kiangazi pia kwa kutumia mifereji ya maji kumwagilia mashambani toka katika mabwawa yaliyochimbwa na Idara ya Maji na mifereji zake. Kadhlika Idara hiyo ya Zaraa imepandikiza mbegu ya samaki za kila kabila mabwawani. Samaki wengi na walio wakubwa, wanono sana wanapatikana daima toka katika mabwawa haya, hasa Hombolo kwa kukidhi watu haja. Kazi hii imewekewa Afisa maalum wa Samaki. Vile vile kwa shida za kutuondolea dhiki za kuingiliwa na ndege nyakati za mavuno, tunaye Bwana Ndege wa Idara hiyo ya Zaraa pia. Afisa huyu hushughulika nyakati zote za mavuno kwenda kuwahamisha ndege kwa kuwachoma na mienge za moto, yaani kuvichoma moto viota vyao na watoto wao mitini mahali walipojenga.

Pia idara ya Utabibu imekwisha tujengea Hospitali za Kati na vituo vya mambo ya siha kule Handali na Mundemu. Vile vile Idara ya Utunzaji wa Wanyama kwa ustawisho wa mifugo. Idara ya Wataalamu wa kupima Mawe, nao wanajitahidi sana kutuletea faida Ugogoni, wenyeji wanapata kazi kwao, pia huenda watatugundulia mali bora ya kuongeza utajiri wa mapato ya Ugogo. . [/22]

[1] Mathias E. Mnyampala alituma mswada wake ili uchapishwe bila kufanikiwa hadi leo mwaka 2014 katika dunia tofauti kabisa [Mhariri : M. ROY].

[2] Herufi hizi zitaonyesha mwisho wa ukurasa na nambari yake katika mswada wa asili. Mswada unaanza katika ukurasa wa pili unaokoma hapa. [Mhariri].

[3] Herufi ya nyota itaonyesha sehemu za mswada zisizopo kwa sababu ya sehemu ya ukurusa kuharibiwa au kutokuwepo [Mhariri].

[4] "Msangu"? Herufi zisizopo zitadhaniwa na kuandikwa na mstari chini yake [Mhariri].

[5] "yapotea" au "hupotea"?

[6] "Hesabu"?

[7] "walikosea"?

[8] "ya"?

[9] "wenyewe"?

[10] Wamasai ?

[11] "kwisha"?

[12] "kuelekea"?

[13] maana ?

[14] la Wagogo ?

[15] Zaidi ?

[16] sana ?

[17] Jina hilo lilifutwa katika kitabu cha awali, na jina la "The Ugogo Council of Dodoma District *** finally *** (agreed?) to" liliandikwa kwa mikono katika rangi nyekundu kuchukua nafasi yake.

DL$_2$A – Buluu Publishing,

66, avenue des Champs-Élysées,

Lot. 41,

75008 PARIS,

FRANCE

ISBN : 979-10-92789-20-1

7,9€

Dépôt légal août 2014.

Ugogo na ardhi yake